MAAVILAI

ஆலப்புழா

ALAPPUZHA

Author: Laurie Baker
Translation: Arivukkarasi Manivannan
Proofreading: S. Manivannan
Book design: Charuhassan. P
Cover design & curation: Kaushik Shrinivas

Published by **MAAVILAI™**

9/24, Vegavathi Street, Rajaji Nagar, Villivakkam, Chennai - 600049
+91-9150858008 | anjal@maavilai.com | www.maavilai.com

Translation and cover design © 2022 MAAVILAI
Original English version published by COSTFORD, Thrissur, Kerala.

First edition • Published on March 2022

ISBN: 978-81-955431-0-6
Price: INR 120.00/-

Printed by **Balaji Offset Printers**, Chennai - 600106 | +91-9444242899

அன்புக்குரிய மாவிலைக் குழுவிற்கு,

லாரி பேக்கரும் அவரின் கட்டடக்கலையும் கடைக்கோடி குடிமக்களை சென்று அடைந்து, இந்தியாவில் கட்டடக்கலை எனும் துறைக்கு வேறொரு முகம் கொடுத்தன. வளங்குன்றா கட்டடங்களின் (sustainable building) தேவை, வடிவமைப்பு மற்றும் கட்டுமானம் பற்றி லாரி பேக்கர் தன் கைப்பட எழுதிய, அழகான வரிவடங்கள் கொண்ட நூல்களின் தொகுப்பானது, நம் சமூகத்திற்கு அவர் செய்த பல ஈடு இணையற்ற பங்களிப்புகளில் ஒன்றாகும். மனித குலத்தால் விளைவாகும் காலநிலை மாற்றமும், மோசமான வானிலை நிகழ்வுகளும் உலா வரும் இன்றைய சூழலில், இந்நூல்களில் சொல்லப்பட்டுள்ள சூழல்நலக் கட்டுமான உத்திகளே காலத்தின் தேவையாக உள்ளன.

தமிழகத்திற்கு இத்தகைய மாபெரும் அறிவு களஞ்சிய நூல் தொகுப்பினை, தமிழில் கொண்டு சேர்க்கும் முயற்சியில் ஈடுபட்டுள்ள மாவிலைக் குழுவினருக்கு எங்களது மனமார்ந்த பாராட்டுகள். லாரி பேக்கர் கொள்கைகளின் பின்பற்றாளர்கள் ஆன நாங்கள், தமிழாக்கம் செய்த இந்த நூல்கள் மூலம், அவரின் கட்டுமான அறிவும், அணுகுமுறைகளும் பலருக்கும் எளிதாக சென்றடையும் என நம்புகிறோம். அத்துடன் மக்கள்—அன்பும், ஒற்றுமையும் கலந்த ஒரு புதிய கண்ணோட்டத்துடன் கட்டடங்களைப் பார்க்கத் துவங்குவதற்கும் இந்நூல்கள் விதையாக இருக்கும் என நாங்கள் நம்புகிறோம். மாவிலைக் குழுவிற்கு எங்களது இதயம் கனிந்த நன்றிகளையும் பாராட்டுகளையும் தெரிவித்துக் கொள்கிறோம். வளங்குன்றாமையை நடைமுறை ஆக்கும் உங்களின் எண்ணற்ற புதிய முயற்சிகளை ஆதரிக்க ஆவலாய் காத்து இருக்கிறோம்.

இங்ஙனம் வாழ்த்தும்,
P.B. சாஜன் மற்றும் R.D. பத்மகுமார்
COSTFORD and Laurie Baker Centre for Habitat Studies

நவம்பர், 2021
திருவனந்தபுரம்

என்னுரை

தளராமல் உழைக்க சொல்லும் என்
அம்மா சுந்தரிக்கும்,
தமிழை சுவாசிக்க சொல்லும் என்
அப்பா மணிவண்ணனுக்கும்,
தவறுகளை திருத்த சொல்லிக் கொடுக்கும் என்
அக்காவின் துணைவர் சண்முகநாதனுக்கும்,
தங்கையாகிய என் கனவுகளை எந்நேரமும் ஆதரிக்கும் என்
அக்கா ஆனந்திக்கும்,
தளிரும் மொட்டுகளாகிய
வைஷுவிற்கும், வினுவிற்கும்,
தளரும் போதெல்லாம் உடனிருக்கும் என்
உயிர் தோழன் மோகனுக்கும்,
தமிழில் என்னை எழுத ஊக்குவித்த என்
உயிர் தோழி சம்யுக்தாவிற்கும்,
தன்னம்பிக்கை கொடுக்கும் என்
உயிர் தோழிகளான சக்திக்கும், காவியாவிற்கும்,
தனித்துவமாய் இருக்கச் சொல்லும் என் வழிகாட்டியான
பேராசிரியை திருபுரசுந்தரி செவ்வேளுக்கும்,
தமிழில் என் எழுத்தை அடையாளம் கண்ட
கௌஷிக் அண்ணாவிற்கும்,
தமிழில் என்றும் என்னுடன் பயணிக்கும்
தோழி நிஷாவிற்கும்,
தமிழால் என்னுடன் இணைந்த
மாவிலை குழுவினருக்கும்,
கதவுகளை எந்நேரமும் மாவிலைக்கென
திறந்து வைத்திருக்கும் அகம் புறம் குழுவினருக்கும்,
தவறாமல் இம்முயற்சியை ஊக்குவித்து வரும் என்

பேராசிரியை மீனாகுமாரிக்கும்,
தட்டச்சான நூல்களை படித்து கருத்து கூறிய என்
பேராசிரியை ருக்மணிக்கும்,
தத்தி நடந்த நிலையில் குழுவுக்கு ஊக்கமளித்து உதவிய என்
நலம் விரும்பி கணேஷ் பாபுவிற்கும்,
தளிரான மாவிலையைப் பற்றி தகவல் பகிர்ந்து உதவிய
தோழி யஷஸ்வினிக்கும்,
தமிழில் லாரி பேக்கரை முதலில் அறிமுகம் செய்த
ரமேஷ் ஐயாவிற்கும்,
தமிழில் சந்தேகங்களைத் தீர்க்க உதவிய
நண்பர் த. ராஜனுக்கும்,
தமிழில் எழுத்து பிழை சந்தேகங்களில் உதவிய
துரைராசு ஐயாவிற்கும், மங்கையர்க்கரசி அம்மாவிற்கும்,
தட்டிக் கொடுத்த ஒவ்வொருவருக்கும்,
மாவிலையில் நான் செய்து வந்த பணியினை
சமர்பித்து, நன்றி தெரிவிக்க எனக்குக் கொடுக்கப்பட்ட
மகத்தான வாய்ப்பு இது.

கனவு பணியின் துவக்கம் இது,
கைக்கூடிய வாய்ப்பின் கதை இது.

கல்லூரி நாட்களின் இறுதி அது,
கரோனா பெருந்தொற்றின் காலம் அது.

அனைவருக்குள்ளும் இருந்த ஏக்கம் இது,
ஏதேனும் செய்ய வேண்டும் என்ற துடிப்பு இது.

கட்டடக்கலையை அனைவருக்குமானதாக்கும் கனவு இது,
கற்றலை சுலபமாக்கும் முயற்சி இது.

தேடாமல் வந்த அழைப்பு இது,
திரளாக மாறிய கூட்டம் இது.

தமிழில் கட்டடக்கலை அறிவை
மக்களுக்கு சேர்க்கும் கூட்டுமுயற்சி இது,
அகராதி முதல் மொழிபெயர்ப்பு வரை
ஆழமாக வேரூன்றிய அகழி இது.

இலையென துளிர்விட்ட மாற்றம் இது,
மாற்றம் அதில் பிறந்த மாவிலை இது.

தானா சேர்ந்த கூட்டம் இது,
தளராது உழைக்கும் குழுமம் இது.

கட்டமைப்பாய் கௌஷிக்கையும்,
சுவர்களாய் அரவிந், பரத், அறிவு, நிஷாவையும்,
சாளரங்களாய் சாரு, ரிஸ்வானையும்,
கடைக்காலாய் ஆதரித்து வரும்
உங்கள் ஒவ்வொருவரையும் பெற்று நிற்கும்,
மரபு சார்ந்த மகத்தான சிந்தனைகளின்
மக்களுக்கான குடில் இது!

புதிதாக அறிமுகமாகி,
அழகான குடும்பமாய் மாறி இருக்கும்
'மாவிலை' எனும் குடும்பம் இது.

லாரி பேக்கர் எனும் கட்டடக்கலைஞரின் படைப்பு இது,
காஸ்ட்போர்ட் வெளியிட்ட வரம் இது.

பயன்செலவு கட்டுமான நுட்பங்களின் தொகுப்பு இது,
படித்து பயன்பெறுவதற்கான உழைப்பு இது.

மரபு கட்டடங்களின் கையேடு இது,
மாமனிதர் லாரி பேக்கரின் கனவு இது.

மாவிலையின் முதல் பிள்ளை இது,
இனிவரும் படைப்புகளுக்கான மேற்கோள் இது.

மேன்மையான நூல்களின் தமிழாக்கம் இது,
நொடிதோறும் பெருமைக் கொள்ளும் நேரம் இது.

ஆலப்புழா பற்றிய நூலிது,
அழகின் படைப்பின் குவியமிது.

வளம்பேணல் பற்றிய விழிப்பிது,
பொறுப்பின் தேவையை சொல்லும் படைப்பிது.

தவறாமல் இந்நூல்கள் அனைத்தையும்
வாசிக்க வேண்டுமென்ற வேண்டுகோள் இது,
வாசகர் பெருமக்கள் பலரையும்
பெற்றிட வேண்டுமென்ற விருப்பம் இது.

கனவு பணியின் துவக்கம் இது,
கடல் போல மென்மேலும் வளரும் இது.

அறிவுக்கரசி மணிவண்ணன்
மொழிபெயர்ப்பாளர்
மாவிலை
ஜனவரி 2022

1999-இல் எழுதிய ஓர் முகவுரை

ஏறத்தாழ பத்தாண்டுகளுக்கு முன்னர் அமைக்கப்பட்ட ஒரு புதிய வளர்ச்சி ஆணையம், ஆலப்புழா எனும் ஊர் சுற்றுலா உலகெங்கும் 'கிழக்கின் வெனிஸ்' என்று பெயர் பெற்று இருப்பதை அறிந்து கொண்டது. அது அழுக்கானதையும், புறக்கணிக்கப்பட்டதைப் பற்றியும், அவர்கள் நன்கு அறிந்து இருந்தனர். வரிசையாக மரங்களால் அலங்கரிக்கப்பட்டு இருந்த அழகான கால்வாய்களின் கரைகள், குப்பை கூளங்களாக மாறி இருப்பதையும் அவர்கள் அறிந்து இருந்தனர்.

ஒரு விடுமுறைக்காக, நானும் எனது மனைவியும் ஒரு முறை அங்கு சென்று இருந்தோம். வழக்கமாகவே என்னைச் சுற்றி நான் காண்பதை வரைவது எனது பழக்கம் ஆகும். எப்போதும் போலவே அன்றும் வரைந்தேன். பல்வேறு மக்களும், நண்பர்களும், அதிகாரிகளும் நான் வரைந்த படங்களில் ஆர்வம் காட்ட, சிறு விளக்கக் குறிப்புகளை அவர்களின் புரிதலுக்காக ஆங்காங்கே நான் சேர்த்தேன்.

நான் பார்த்தவரை, உலகின் பல்வேறு பகுதிகளில் உள்ள புகழ்பெற்ற பாரம்பரிய கட்டடங்களின் வசீகரம் சிதையாமல் தவிர்க்க, உள்ளூர்வாசிகள் நவீன கட்டடங்களையும், வசதிகளையும் அவற்றுடன் இணைக்காமல் இருந்தனர். பெரும்பாலும் அப்படிப்பட்ட கிராமம் அல்லது நகரத்தில் இருந்த மைய சாலை ஆனது, பாதசாரிகள் மட்டுமே பயன்படுத்தக் கூடிய வண்ணம், மரங்கள், மலர்ப் படுக்கைகள் மற்றும் இருக்கைகள் நிறைந்த இடமாக மாற்றப்பட்டு இருக்கும். புதிய நவீன கட்டமைப்புகளும், அகலமான வாகன சாலைகளும் பழைய நகரத்தில் இருந்து தொலைவில் அமைக்கப்பட்டு இருக்கும்.

ஆலப்புழாவின் பெரும்பகுதி இன்றளவும் தூய்மையாகவே உள்ளது; அங்குள்ள குப்பைக் கூளங்களைத் தவிர. நவீன கட்டடங்கள் நகரத்தின் பழைய வசீகரத்தை எவ்வாறு அழிக்கும் என்பதை சுட்டிக்காட்ட, சில கற்பனை வரைபடங்களை நான் முன்பே வரைந்து இருந்தேன். நான் சமீபத்தில் ஆலப்புழா சென்றபோது, எனது கற்பனை வரைபடங்கள் யாவும் உண்மையாக உருப்பெற்று இருப்பதைப் பார்த்து நான் அதிர்ச்சி அடைந்தேன். எனது வரைபடங்களையும் குறிப்புகளையும் வெளியிடலாமா என என் நண்பர்கள் என்னிடம் கேட்டு உள்ளனர். நான் முழுமனதுடன் அதற்கு எனது ஒப்புதலைத் தருகிறேன்.

லாரி பேக்கர்

ஆலப்புழா பற்றிய ஓர் அறிக்கை

நெடுங்காலமாக, ஆலப்புழாவின் மீது எனக்கு இருக்கும் அக்கறையின் வெளிப்பாடே இந்த அறிக்கை. எனது அத்தை ஒருவருக்கு ஆலப்புழா பற்றி தெரிந்து இருந்ததால், நான் பள்ளி செல்வதற்கு முன் இந்திய நகரங்களின் பெயர்களில் எனக்கு தெரிந்த ஒரே பெயர் ஆலப்புழா மட்டும்தான். அதனால் நான் எனது வாசகர்களுக்குத் தெரிவிக்க விரும்பவது என்னவென்றால், என்னுடைய இந்த ஆர்வம் எனக்குள் வேரூன்றிய ஒன்றாகும்.

ஆலப்புழாவிற்கு அதற்கென உரிய இடத்தைக் கொடுத்து, அதனை கேரளா மற்றும் இந்தியாவின் சிறந்த நகரங்களில் ஒன்றாக்க நான் ஆசைப் படுகிறேன்.

ஆலப்புழாவில் உள்ள அண்மை நிலைமைகளையும், சூழல்களையும் நாம் கவனமாக ஆய்வு செய்ய வேண்டும் என்று நான் நினைக்கிறேன்.

நிறைய வளங்கள் இங்கே இருப்பது உண்மை தான். எனினும் இங்கே இருக்கும் குறைகள் மற்றும் சில இன்னல்களை பொறுப்பாக எப்படி சீர்திருத்தம் செய்யலாம் என்பதை பற்றி நாம் யோசிக்க வேண்டும்.

ஆலப்புழா மிகவும் தனித்துவமான ஒரு நகரம் ஆகும். ஒரு சில நகரங்கள் மட்டுமே பெற்று இருக்கும் ஒற்றுமை உணர்வை ஆலப்புழா பெற்றுள்ளது.

நான் உங்களிடம் கேட்டுக் கொள்வது என்னவென்றால், சில நேரங்களில் நான் அளவுக்கு அதிகமாக விமர்சனம் செய்வதைப் போல உங்களுக்கு தோன்றினால், வருத்தம் கொள்ளாதீர்கள்.

எனது மனைவி ஒரு மருத்துவர். அவருடைய வேலையிலிருந்து, நோயை குணப்படுத்துவதற்கு முன்பு, சிகிச்சைகள் சில சமயங்களில் வலி தருவதாகவும், கடுமையானதாகவும் இருக்கலாம் என்ற ஒரு உண்மையை நான் கற்றுக்கொண்டேன்.

ஆலப்புழாவின் மக்களைப் பற்றியும், மறைந்து வரும் அதன் பல அழகான வளங்களைப் பற்றியும், நல்ல விதத்தில் உலகிற்கு தெரியப்படுத்தலாம். இதன் மூலம் அதன் புகழையும் செழிப்பையும் மீண்டும் கொண்டு வரலாம். மேலும், சுற்றுலாப் பயணிகளுக்கு மட்டுமல்லாமல், ஆலப்புழாவில் வசிப்பவர்களுக்கும், வேலைப் பார்ப்பவர்களுக்கும் ஒரு சிறந்த வாழ்க்கைமுறைச் சூழலை நாம் அமைத்துத் தரலாம்.

ALLEPPEY ? ALAPPUZHA ?
or ആലപ്പുഴ

இந்த அறிக்கையில் சில இடங்களில் ஆலப்பி (Alleppey) என்ற பெயர் வேண்டுமென்றே பயன்படுத்தப்பட்டுள்ளது (தமிழில் 'ழ' உள்ளதால், லாரி பேக்கர் ஆங்கிலப் புத்தகத்தில் எங்கெல்லாம் 'Alleppey' என்று குறிப்பிட்டு இருக்கிறாரோ, அங்கெல்லாம் கூட 'ஆலப்புழா' என்றே இந்த தமிழ் புத்தகத்தில் நாங்கள் குறிப்பிட்டு இருக்கிறோம்). நமது நகரங்களுக்கு, அவற்றின் பழைய உள்ளூர் பெயர்களையே பயன்படுத்துவதற்கு பின்னால் இருக்கும் உணர்ச்சியை என்னால் புரிந்துக் கொள்ள முடிகிறது. எனினும், இந்த அறிக்கையில் சுற்றுலா என்பது மிகவும் பேசப்படும் தலைப்பாக இருப்பதால், அந்த அடிப்படையில் பழைய உள்ளூர் பெயர்களையே பயன்படுத்துவது, பொருத்தமாக இருக்குமா என்பதைப் பற்றியும் நாம் விவாதிக்க வேண்டும்.

நமக்கு எளிதாக இருக்கும் பெயர்களை வெளிநாட்டு சுற்றுலாப் பயணிகள் படிக்க அல்லது உச்சரிக்க முடியாமல் இருப்பது அவர்களுக்கு குழப்பமாக இருக்கும். அதற்கு ஓர் எடுத்துக்காட்டு— ஆங்கிலேயர்கள் அனைவரும் இந்தியாவின் தென்முனை 'கேப் கோமோரின்' (Cape Comorin) என்றே நம்புகின்றனர். ஒரு புறம் எவ்வாறு இதுப் போன்ற ஒரு பெயரை பிரிட்டிஷ் உருவாக்கி இருக்கும் என நாம் குழம்பி இருக்க, மற்றொரு புறம் கன்னியாகுமரி என்ற பெயர் உச்சரிக்க கடினமாக இருப்பதால், சுற்றுலாப் பயணிகள் இந்தப் பெயரை பொதுவாகப் பயன்படுத்துவதில்லை. இது எல்லா நாடுகளிலும் நடப்பதுண்டு. எடுத்துக்காட்டாக, நாம் அனைவரும் 'மூனிச்' (Munich) என்ற நகரத்தைப் பற்றிக் கேள்விப்பட்டு இருப்போம். ஆனால், உள்ளூரில் அது 'முன்ஷென்' (Munchen) என்றே அழைக்கப்படுகிறது.

இந்தியா மற்றும் உலகெங்கிலும் உள்ள பெரும்பாலான மொழிகளில் 'ழ' என்ற எழுத்து இருப்பதில்லை. இது அதிசயமாக ஆங்கிலத்தில் 'zh' என்றே எழுதப்படுகிறது. 'zh' என்பது 'ழ' என்பதன் முறையான உச்சரிப்புக்கான குறிப்பே இல்லை.

நீங்கள் புதிதாக கட்டப்பட்ட இரயில் நிலையித்திற்கு சென்று அங்குள்ள அறிவிப்புப் பலகைகளைக் கண்டாலே போதும். நம் இந்திய இரயில்வேயினால் கூட, ஆலப்புழா என்பதை ஹிந்தியிலோ அல்லது ஆங்கிலத்திலோ சரியான உச்சரிப்புக்கு நிகராக எழுத முடியவில்லை.

எனவே, நாம் ஏன் 'Alleppey' என்ற பெயரையே தொடர்ந்து பயன்படுத்தக் கூடாது? அல்லது குறைந்தது 'Alappuzha', 'Alleppey' என்ற இரண்டு பெயர்களையும் எழுத வேண்டும் அல்லவா?

ஆலப்புழாவின் சிறப்புகளை உலகெங்கும் பறைசாற்ற இந்த அறிக்கையானது தயாரிக்கப்படுவதால், உலகப்புகழ் பெற்ற கிழக்கின் வெனிஸ் ஆன 'Alleppey' என்ற பெயரும் அழிந்துவிடக் கூடாது என்பதில் நான் உறுதியாக இருக்கிறேன்.

பலகையிலும், புத்தகங்களிலும் எது எழுதி இருந்தாலும், ஆலப்புழாவில் வசிக்கும் மக்கள் பேச்சுவழக்கில் 'ஆலப்புழா' என்றே தொடர்ந்து பயன்படுத்தப் போகிறார்கள்.

ஆலப்புழாவின் தொழிற்சாலைகள்

(நறுமணப்பொருள் வணிகத்திற்கான பழைய கிடங்குகள்)

ஆலப்புழா ஒரு பின்தங்கிய நகரம் என்பதே நிதர்சனமான உண்மை ஆகும். தயவு செய்து இதை அவமதிப்பாக எடுத்துக் கொள்ளாதீர்கள். இது நிச்சயமாக ஆலப்புழாவின் மக்களைக் குறித்த ஒரு விமர்சனம் இல்லை. நம் தொழிற்சாலைகள் மற்றும் பொருளாதாரத்தின் நிலைமையையே இது குறிக்கிறது.

உண்மையைச் சொல்லப் போனால், நான் சுமார் ஐம்பது வருடங்களுக்கு முன் ஆலப்புழாவிற்கு முதன் முதலில் சென்ற போது, அதுவே கேரளாவின் மேற்கு கடற்கரை நகரங்களில் மிகுந்த செழிப்புடன் தழைத்து வரும் நகரமாக இருந்தது.

தென்னை நார் தொழிற்சாலை

ஆலப்புழா நெடுங்காலமாக அதன் தென்னை நார் தொழிற்சாலைக்குப் புகழ்பெற்று இருந்தது. அங்குள்ள கால்வாயின் அருகாமையில் இருக்கும், பல பெரிய தொழிற்சாலைகள் மற்றும் கிடங்குகள் இருப்பதைப் பார்த்தால், இது ஒரு காலத்தில் தழைத்து வந்த தொழிற்சாலை ஆக இருந்தது என்பது புலப்படுகிறது. இந்தக் கட்டடங்களின் பெரிய கதவுகள் வழியாகச் சென்றால், அலுவலகங்கள், கொட்டகைகள் மற்றும் கடைகள் சூழ்ந்த பெரிய முற்றங்களுக்கு சென்று அடைவீர்கள். இந்த பழைய அருமையான கட்டடங்களில் தற்பொழுது தென்னை நார் என்பதே காணக் கிடைக்காத காட்சி ஆகி உள்ளது.

இருபது வருடங்களுக்கு முன்னர், பல சிறுதொழில் தென்னை நார் தொழிலாளர்கள், சாலையோரங்களில் தென்னை நார் பாய்களைக் காட்சிப் படுத்தியும், விற்பனை செய்தும் வந்தனர். பின்னர் வண்ணமிகு சாயங்களைப் பயன்படுத்தி, பல வடிவங்களில் பாய்கள் செய்யப்பட்டன.

ஒரு சில ஆண்டுகள் கழித்து, பாய்கள் மட்டுமல்லாமல் நன்கு பின்னப்பட்ட கம்பளங்களும் விற்பனைக்கு வந்தன. திருவனந்தபுரம் செயலகத்தில் இருக்கும் அதிகாரியின் அறைகளின், தரைப்பரப்பு முழுவதும் இந்த கம்பளங்கள் விரிக்கப்பட்டு இருப்பதைக் கண்டு நான் பெரிதும் ஆச்சரியப்பட்டேன்.

ஆனால் அதற்கு அடுத்த ஆண்டே செயற்கை நார்ப்பொருட்களும் இரசாயன சாயங்களும் பிரபலமாகின. தென்னை நார் பாய்களில் இருந்த சில குறைப்பாடுகள் இவற்றில் இருந்ததாக தெரியவில்லை.

வண்ணம் பூசப்பட்ட தென்னை நார் பாய்கள் விரைவில் மங்குவது வழக்கம். பயன்பாட்டில் அவை விரியக் கூடும். கதவுகளுக்கு அருகில் இருக்கும் பாயின் பகுதி நைவுற்று கிழிந்து போகக் கூடும். மக்களோ தென்னைநார் உதிர்வதால் தான் வீட்டில் அழுக்கும் தூசியும் சேர்கிறது என்று முடிவு செய்துவிட்டனர். ஆனால் மோசமான வீட்டு பராமரிப்பின் பழியை, இந்த பாய்களே பெற்றுக் கொள்கின்றன.

அத்துடன் நவீன பொருட்களின் வருகையால், தென்னைநார் பாய்களும், கம்பளங்களும் அவற்றின் செல்வாக்கை இழந்துவிட்டன. இதைப்போலவே பெருவாரியாகப் பயன்பட்டு வந்த நார்க்கயிறுகளும், நைலான் கயிறுகளின் வருகையால் சந்தையிலிருந்து வெளியேற்றப்பட்டன.

நூற்றுக்கணக்கான ஆண்டுகளாக, நமக்குப் பயன்பட்டு வந்த தென்னைநார், மீண்டும் பயன்பாட்டுக்கு வர குறைந்த வாய்ப்பே உள்ளது என்பதே கசப்பான உண்மை ஆகும்.

காயலின் (backwaters) கரைகளிலும், படுகைகளிலும், படகுகளால் அடித்து வரப்பட்டு, அடர்த்தியாக படர்ந்து இருக்கும் கிளிஞ்சல் சிப்பிகள், சுண்ணாம்பு செய்வதற்காக எரிக்கப்படுகின்றன. ஆலப்புழா அதன் தரம் வாய்ந்த சுண்ணாம்புக்குப் புகழப்பெற்று இருந்தது.

கேரளாவின் பழமை வாய்ந்த, புகழ்பெற்ற எல்லா கட்டடங்களின் சாந்துக்கும் (mortar), பூச்சுக்கும் (plaster) சுண்ணாம்பே பயன்படுத்தப்பட்டு உள்ளது. அரசு மற்றும் மதம் சார்ந்த பழைய கட்டடங்களும் கூட சுண்ணாம்பையே பயன்படுத்தின. சிமிட்டி (cement) அப்பொழுது அறியப்படவில்லை. இப்பொழுதோ பொறியாளர்களும் கட்டடக்கலைஞர்களும் சுண்ணாம்பை ஒட்டுமொத்தமாக கைவிட்டு விட்டு, சிமிட்டியையே அதிக அளவில் பயன்படுத்துகின்றனர்.

ஒரு கட்டடக்கலைஞராக, இந்தக் கடுமையான மாற்றத்தினைக் கண்டு நான் மிகவும் வருத்தம் கொள்கிறேன். சுண்ணாம்பின் அளவுக்கு வேறு எந்த கட்டுமான பொருளும், அதன் உற்பத்திக்கு இத்தனை குறைந்த ஆற்றலையும் (energy), எரிபொருளையும் பயன்படுத்துவதில்லை. ஆனால் கிளிஞ்சல் சிப்பிகள் மற்றும் சுண்ணாம்புக் கல் ஆகிய அதே அடிப்படைப் பொருட்களைக் கொண்டு உருவாக்கப்படும் சிமிட்டிக்கு, அதிக அளவில் உற்பத்தி ஆற்றலும் எரிபொருளும் தேவைப்படுகின்றன. எனவே, சிமிட்டி விலை அதிகமாகவும் உள்ளது.

சிமிட்டியின் உற்பத்திக்கு, அதிநவீன நுட்பங்களும் இயந்திரங்களும் பயன்படுத்தப்பட்டு வருகின்றன. ஆனால் சுண்ணாம்பு செய்யும் நம் முறைகளானது ஐயாயிரம் ஆண்டுகளாக மாறவே இல்லை. எப்படிப் பார்த்தாலும் நம்மால் இப்பொழுது சுண்ணாம்பை வெற்றிலையில் தடவி பாக்கு, சீவலுடன் சாப்பிட மட்டுமே முடியும். அதனை ஒரு முதன்மை கட்டுமான பொருளாக திரும்பக் கொண்டுவருவது என்பது போகாத ஊருக்கு வழி தேடுவது போன்றதாகும்.

ஏதோ ஓர் அதிசயம் நிகழ்ந்தால் மட்டுமே தென்னை நார் தொழிற்சாலை போலவே சுண்ணாம்பு தொழிற்சாலையும் மீண்டு எழக் கூடும்.

சுண்ணாம்பு தொழிற்சாலை

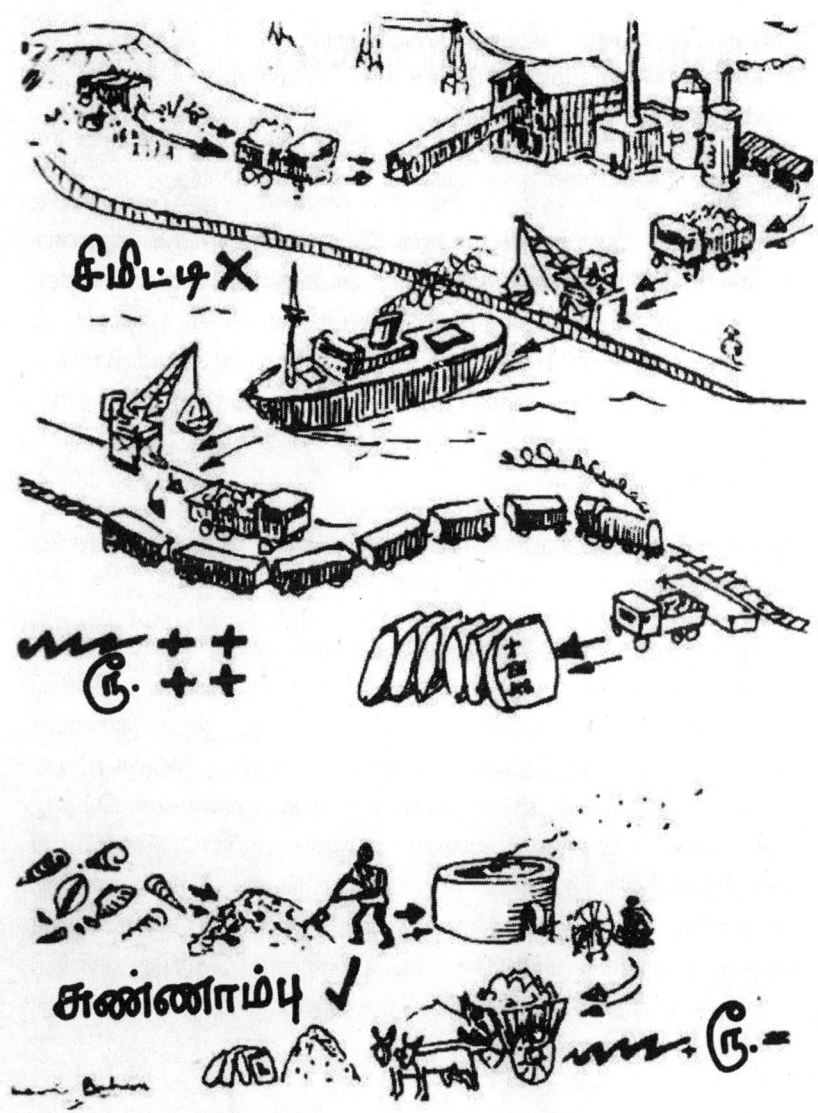

ஆலப்புழா - துறைமுகம்

ஆலப்புழா ஒரு சிறிய துறைமுகம் ஆயினும், பல நூறு ஆண்டுகளாக அது ஒரு முக்கியமான துறைமுகமாக அறியப்பட்டு வந்தது.

காயலுக்கும், நகரத்திற்கும் இடையேயான போக்குவரத்துக்குத் தேவைப்படும் கலங்கரை விளக்கம், கிடங்குகள், அலுவலகங்கள், கால்வாய்கள் மற்றும் படகுகள் போன்ற வசதிகள் இன்றளவும் இருக்கின்றன. ஆனால் தற்பொழுது பெரும்பாலான கப்பல் வணிகம், கொச்சி நகரத்திற்கும் வேறு இடங்களுக்கும் சென்று விட்டதால், ஆலப்புழாவில் உள்ள வசதிகள் மிகவும் அரிதாகவே பயன்படுத்தப் படுகின்றன.

இதனை மீட்டெடுக்கவும் மிகவும் குறைந்த அளவு வாய்ப்புள்ளதாகவே தெரிகிறது.

உள்நாட்டு நீர்வழிச் சரக்குப் போக்குவரத்து மூலம், பொருட்களை இறக்குமதி மற்றும் ஏற்றுமதி செய்யும் பல முக்கிய முனையங்களில் (Terminal) ஒன்றாக ஆலப்புழா இருந்து வந்தது. இந்த முனையம் கடலோரமாக இருந்ததால், உள்நாடு மற்றும் வெளிநாட்டின் முக்கிய நகரங்களுடன் நறுமணப்பொருள் வணிகம் செய்து, செழிப்பாக இருந்து வந்தது. ஆலப்புழாவின் செழிப்பான துறைமுகத்திலிருந்து எல்லா திசைகளிலும் சென்று வந்த எண்ணற்ற படகுகளே, ஆலப்புழாவினுடைய எனது ஆரம்பக்கால நினைவுகள் ஆகும். உள்நாட்டு மற்றும் கடல்வழிப் பயணம் செய்யும் வணிகப் போக்குவரத்தை இணைப்பதற்கே ஆலப்புழாவின் புகழ்பெற்ற கால்வாய்கள் உருவாக்கப்பட்டன.

இப்பொழுதோ, காயலில் மேற்கூறிய போக்குவரத்து இருந்ததற்கான எவ்வித அறிகுறியும் இல்லாத வண்ணம் ஆகிவிட்டது. என்ன தான் தேசிய நீர்வழியில் வேலை தொடங்கப்பட்டு அதனை மீட்டெடுக்கும் நடவடிக்கைகள் எடுக்கப்பட்டாலும் கூட, இன்றளவும் கடல்வழிப் போக்குவரத்து இருந்ததற்கான அறிகுறிகள், குறைவாகவே தென்படுகின்றன. காயல்களில் ஆகாயத் தாமரைகள் அதிகளவில் வளர்ந்து உள்ளதால், கடலுக்கும், காயலுக்கும் இடையேயான போக்குவரத்து முற்றிலும் நிறுத்தப்பட்டு உள்ளது. அப்படியே ஒரு தேசிய நீர்வழி இங்கே இருந்தாலும் கூட, அதனைப் பயன்படுத்த தற்பொழுது ஆலப்புழாவில் என்ன வணிகம் தான் உள்ளது?

நீர்வழி போக்குவரத்துடன், படகுக்கட்டுமான தொழிற்துறையும் சார்ந்து இருந்தது. எஞ்சியுள்ள சில கப்பல் கட்டும் பட்டறைகளும், தற்பொழுது பழுது பார்க்கும் வேலைகளுக்கு மட்டுமே பிரதானமாக பயன்படுத்தப் படுகின்றன.

பயணியர் படகுகள்

காயலின் இருப்புறங்களிலும் இருக்கும், நகரங்கள் மற்றும் குடியிருப்புகளை இணைக்கும், விரிவான பயணியர் படகு சேவை இங்கு இருக்கின்றது. அத்துடன் கொச்சியிலிருந்து, கொல்லம் இடையேயான நீண்ட தூரப் படகு சேவைகளும் இருக்கின்றன. இத்தகைய சேவைகள் இன்றளவிலும் நன்றாகப் பயன்படுத்தப்பட்டு வருகின்றன. எனினும், சங்கனாச்சேரி-ஆலப்புழா பாலம் போன்ற பல கிழக்கு-மேற்கு பாலங்கள் வந்துவிட்டதால், நிறைய பயணிகள் படகுகளில் பயணிப்பதற்கு மாறாக பேருந்துகளில் பயணம் செய்கின்றனர்.

ஆலப்புழாவின் பேருந்து மற்றும் படகு நிலையத்தில் இருந்து, கால்வாய் வழியாக ஆலப்புழாவிற்கு ஒருவர் வந்தடையும்போது, ஒரு துயரமான காட்சியை அவர் காண நேர்கிறது. ஏறத்தாழ முப்பது மூழ்கிய பயணியர் படகுகளின் மயானக் காட்சியே அது. இதுவே சுற்றுலா பயணிகளின் மத்தியில் நமது பின்தங்கிய நிலையின் முதல் கண்ணோட்டம் ஆகும்.

மீன்பிடித்தல்

எங்கு நீர் உள்ளதோ, அங்கு வழக்கமாக மீன்பிடித்தொழிலும், அதை பதனம் செய்தலும் இருக்கும். இது வழக்கமாக செயல்படும் உள்ளூர் துறையே. எனினும் இப்பொழுது உள்ளூர் மக்களின் உணவுத் தேவைகளுக்காகவே அது செயல்பட்டு வருகிறது.

அலையாத்தி மரங்களை, நீர் விளிம்புகளில் மீண்டும் உருவாக்கும் சிறு சிறு முயற்சிகளால், இறால் பிடித்தல் போன்ற சிறப்புவகை மீன்பிடித் தொழில்கள் மீண்டு வருவதற்கான வாய்ப்பு உள்ளது.

ஏதேனும் புதிய தொழிற்சாலைகள்?

குறிப்பாக ஆற்றல் உற்பத்தியுடன் தொடர்புடைய, சில புதிய தொழிற்சாலைகள் தோன்றுவதற்கான வாய்ப்பு எப்போதும் உள்ளது; அல்லது சில பல பெருநிறுவனங்களுடன் தொடர்புடைய, சற்றே ரகசியமான ஆலைகளும் வர வாய்ப்புள்ளது.

வைகோமிற்கு அதன் செய்தித்தாள் தொழிற்சாலை இருந்தது. காயம்குளமோ, ஆற்றல் உற்பத்தி ஆலை ஒன்று வருவதை எதிர்நோக்கிக் காத்து இருந்தது. ஆனால் அவ்வளவு பெரிய தொழிற்சாலைகளுக்குத் தேவையான, திடமான நிலம் ஆலப்புழாவில் இல்லை. மேலும் இந்த ராட்சத திட்டங்களினால் வெளிவரும் மாசு அனைத்தும், ஆலப்புழாவிற்கு வேண்டுமா என்பதை நாம் சிந்திக்க வேண்டும்.

ஆலப்புழாவும் புவியியலும்

ஆலப்புழாவில் உள்ள தொழிற்சாலைகளைப் பற்றிய ஆய்வுகள், ஒரு நல்ல அபிப்பிராயத்தை நமக்கு தரவில்லை. நாம் கண்டுக் கொள்ள வேண்டிய சர்ச்சைக்குரிய மற்றொரு விஷயம்—பைங்குடில் விளைவு (Greenhouse Effect) ஆகும்.

விஞ்ஞானிகளிடமிருந்து வரும் ஒரு வேடிக்கையான கருத்தாக பலரும் இதை நினைக்கின்றனர்.

ஒரு நெருப்புக்கோழி, தன் எதிரிகளை பார்க்காமல் இருப்பதற்கு அதன் தலையை மண்ணில் புதைத்துக் கொள்ளும். பெரும்பாலான மக்களும், அரசாங்கம் உட்பட பல அமைப்புகளும் நெருப்புக்கோழிகளைப் போலவே செயல்படுகின்றன.

அப்படியே இந்த பைங்குடில் விளைவு என்பது உண்மையாக இருந்தாலும் கூட, அது நாம் வாழும் காலக்கட்டத்தில் ஆலப்புழாவின் மீது ஏதேனும் விளைவை ஏற்படுத்துமா?

சுருக்கமாக சொல்லவேண்டும் என்றால், உலகெங்கும் உள்ள கடல் மட்டம், ஒரு சில அடிகளாவது உயரும் என்பதே இதன் மோசமான விளைவு என்று பலரும் நினைக்கின்றனர். சில விஞ்ஞானிகள், அது ஏற்கனவே நடந்துக் கொண்டிருக்கிறது என நம்புகின்றனர். கொஞ்ச காலமாகவே, மேற்கின் வெனிஸ் உடைய கடல் மற்றும் கால்வாய்களில் இருக்கும் நீர் மட்டத்தின் உயர்வினைப் பற்றி, ஓர் சர்ச்சை கொதித்துக் கொண்டிருக்கிறது—நீர்மட்டம் உயர்கிறதா? அல்லது நிலம் மூழ்குகின்றதா? எதுவாக இருந்தாலும் அங்குள்ள கால்வாய்கள் முன்பு இருந்ததை விட இப்பொழுது ஆழமாகிவிட்டன என்பதே நிதர்சனம்.

அடுத்த அறுபது ஆண்டுகளில் கடல் மட்டம் ஒன்றிலுருந்து ஒன்றரை மீட்டர் வரை உயர்ந்து விடும் என்பது ஓர் கணிப்பு.

அப்படி நடக்குமானால் பெரும்பாலான நமது கடற்கரை பகுதிகள் நீரில் மூழ்கிவிடும். லட்சத்தீவு போன்ற இடங்கள் கிட்டத்தட்ட காணாமலே போய்விடும். திருவனந்தபுரம், கொச்சி, கோழிக்கோடு போன்ற கேரளாவின் பாதிக்கும் மேற்பட்ட கடற்கரை நகரங்களும் பாதிப்புக்கு உள்ளாகும். கிட்டத்தட்ட எல்லா கழிவுநீர் அகற்றும் ஆலைகளும், இப்பொழுது கடல் மட்டத்திலேயே உள்ளன.

இது பயமுறுத்துவதாக இருக்கிறதோ இல்லையோ—நாம் ஆலப்புழாவை மீட்டெடுக்க எதிர்கால திட்டமிடலைப் பற்றி சிந்திக்கும்போது, இந்த விவகாரத்தைப் புறக்கணிப்பது மதியற்ற செயலாகும்.

தற்போதைய நிலையின் சுருக்கம்

ஆலப்புழா ஒரு கடல் துறைமுகம் என பட்டியிலடப்பட்டு உள்ளது. ஆனால் உள்ளபடி சொல்லவேண்டும் என்றால், அது கிட்டத்தட்ட உயிரற்ற நிலையில் இருக்கிறது. அது மீண்டு வருவதற்கு சாத்தியமில்லை என்றே சொல்லலாம்.

ஆலப்புழா ஒரு பிரதான காயல் பயணியர் படகு நிலையமாக இருந்தது. ஆனால் பயணியர் படகு மயானமோ, அதன் தற்போதைய நம்பிக்கையற்ற நிலையையே சுட்டிக் காட்டுகின்றது. அது இப்படியே தொடருமே தவிர வளராது.

ஆலப்புழா ஒரு முக்கிய, நன்கு அறியப்பட்ட சுண்ணாம்பு உற்பத்தி மையமாக இருந்து வந்தது. மிகவும் குறைந்த அளவு மக்களே தற்பொழுது சுண்ணாம்பைப் பயன்படுத்துகின்றனர். இந்த தொழிற்சாலை மீண்டு வருவதற்கான சாத்தியக்கூறுகள் மிகவும் குறைவே.

ஆலப்புழா மிகப்பெரிய புகழ்பெற்ற தென்னை நார் தொழிற்சாலை மையங்களுள் ஒன்றாக இருந்தது. தென்னை நார் பொருட்களை யாரும் தற்பொழுது விரும்பாததால், அது மீண்டு வரும் வாய்ப்பும் மிகக் குறைவாகவே உள்ளது.

பெரிய அளவில் ஆலப்புழாவில், தொழிற்துறை மையங்களோ, தொழிற்சாலைகளோ அல்லது ஆலைகளோ தற்பொழுது இல்லை. இனி எதுவும் வருவதற்கும் வாய்ப்பில்லை. அப்படி அவை உருப்பெற்றால், அவை அநேகமாக வரமாக இருப்பதை விட ஒரு சாபமாகவே அமையும்.

ஆலப்புழா வெளிநாட்டுச் சுற்றுலாப் பயணிகளிடையே பெயர்பெற்று இருப்பினும், அவர்கள் இங்கு வரும்போது இங்குள்ள வசதிகள் மிக மோசமாகவும், போதுமானதாகவும் இல்லை என்பதையே கண்டறிகின்றனர். மேலும் ஆலப்புழாவின் சுற்றுலாத் துறை எந்தவித பொருளாதார தாக்கத்தையும், அந்நகரத்தின் மீதோ அல்லது நகரவாசிகள் மீதோ ஏற்படுத்துவதில்லை.

மேற்கூறிய கூறுகளில், ஆலப்புழாவின் சுற்றுலாத் துறை மட்டுமே மீண்டு வந்து வளர்ச்சி பெறுவதற்கான வாய்ப்பு உள்ளது.

'மேற்கின் வெனிஸ்' உலகத்தின் மிகப் பெரிய சுற்றுலா மையங்களுள் ஒன்றாகும்.

ஏன் 'கிழக்கின் வெனிஸ்' ஆன ஆலப்புழா அவ்வாறு இல்லை?

இந்த அறிக்கையின் மீதமுள்ள பகுதிகள் ஏன் மற்றும் எவ்வாறு ஆலப்புழாவின் முக்கியத்துவத்தைத் திரும்பப் பெற வேண்டும் என்பதைக் காட்டுகின்றன.

ஆலப்புழா சுற்றுலாவிற்கு ஏற்ற ஓர் இடமாகும்

ஒரு சராசரி சுற்றுலாப் பயணி எதிர்பார்க்கும் அனைத்துமே ஆலப்புழாவில் இருக்கின்றன.

கடல், கடற்கரை மற்றும் கதிரவன்!

கூடுதலாக:

1. இன்றளவும் அழகாக இருக்கும் புகழ்பெற்ற கால்வாய்கள்.
2. அவற்றிற்கே உரிய உள்ளூர் பாணியில் இருக்கும் அழகான, தனித்தன்மை வாய்ந்த, கால்வாய் அருகில் உள்ள கட்டடங்கள். (சற்று சேதம் அடைந்து இருப்பினும் பழுது பார்க்கத் தக்கதாக உள்ளன.)
3. மிகவும் தனித்தன்மை வாய்ந்த படகுகள்.
4. வேற்றுமையில் ஒற்றுமையை வெளிப்படுத்தும் மசூதிகள், தேவாலயங்கள் மற்றும் கோயில்கள்.
5. ஆர்வமூட்டும் பல வரலாற்று சிறப்புகள்.
6. எல்லா இடங்களிலும் அழகான இயற்கை காட்சிகள்.
7. முழுவதும் அழகான பூ பூக்கும், செடிகளும், பழமரங்களும். இது போக புகழ்பெற்ற, பெருத்த மழை மரங்கள்.
8. போக்குவரத்து நெரிசல் இல்லாத ஒரு அமைதியான இடம்.
9. அவசரம் இல்லை. பதற்றம் இல்லை. பரபரப்போ குழப்பமோ கண்டிப்பாக இல்லை.

ஆலப்புழாவில் இருக்கும் மேற்கூறிய அனைத்து நல்ல விஷயங்களையும் எவ்வாறு முறையாகப் பயன்படுத்த வேண்டும்? அவை சுற்றுலாப் பயணிகளுக்கு மட்டும் பயனுள்ளதாக இல்லாமல், இங்கே வசித்து வரும் அனைவருக்குமே பயனுள்ளதாக இருப்பதற்கு நாம் என்ன செய்ய வேண்டும்?

ஒட்டுமொத்த கேரளாவிலும் சரி, ஏன் இந்தியாவின் ஒட்டுமொத்த கடற்கரை நகரங்களைக் கருத்தில் கொண்டால் கூட, ஆலப்புழாவை போன்ற வரம் பெற்ற வேறொரு நகரம் இல்லை என்பதே ஒரு மறுக்க முடியாத உண்மை ஆகும்.

மற்ற நகரங்களில் கூட மேலே பட்டியல் இடப்பட்டுள்ள பெரும்பாலான நல்ல விஷயங்கள் இருக்கலாம். ஆனால் பல நகரங்கள் 'நவீன' கட்டடங்கள், 'நவீன' கட்டமைப்புகள் மற்றும் கருவிகளின் வருகையால், வளர்ச்சி என்ற பெயரில் அழிக்கப்பட்டுவிட்டன.

பெரும்பாலும் எங்கு சென்றாலும், இந்த அரைவேக்காடான நவீனத்துவத்தை ஏற்றுக் கொண்டு செல்வதைத் தவிர, மக்களுக்கு வேறு வழி இல்லை. முன்பொரு அழகிய காலத்தில், ஆலப்புழா எப்படி இருந்தது என்பதை இன்றளவும் அங்கே சென்றால் காண முடியும்.

முன்னேற்றங்களும், வசதிகளை மேம்படுத்துதலும் தேவைப்படுகின்றன. ஆலப்புழாவில் இன்றளவும் காணப்படும் கலாச்சார மரபோடு ஒன்றும் வண்ணம், அழகான வகையில், இவை செயலாக்கம் பெறுவதை நாம் உறுதி செய்ய வேண்டும்.

ஆனால் இழப்பதற்கு இனியும் நேரமில்லை. நாம் விரைந்து செயல்பட வேண்டும்!

மேற்கின் வெனிஸ்

ஆலப்புழா பலரால் 'கிழக்கின் வெனிஸ்' என்றழைக்கப்பட்டு வந்தது. இரண்டு வெனிஸ்களையும் கண்டு வந்த பின், அவற்றின் இடையே இருக்கும் ஒற்றுமைகளை எளிதாக சொல்லி விடலாம். எனினும் ஒன்று புகழ்மிக்க சொகுசு நகரம்; மற்றொன்று பரப்பரப்பு அற்ற சிறிய நகரம்.

கால்வாய்கள்

நகரத்தின் முக்கிய பகுதியோடு இணைந்திருக்கும் வகையில், இரண்டு நகரங்களும் கால்வாய்களின் ஒரு கூட்டமைவைக் கொண்டுள்ளன. இவை அலங்காரத்திற்காக கட்டப்படவில்லை. மாறாக சாலைகளுக்கு பதிலாக பயன்படுவதற்காகக் கட்டப்பட்டன.

வெனிஸ் நகரத்தினையும் அதன் சிறப்பம்சங்களையும் காண விரும்பி, அங்கு செல்லும் சுற்றுலாப் பயணிகள், வாடகை வண்டிகளை எடுப்பதில்லை. 'கோண்டோலா' (Gondola) எனப்படும் ஒருவகையான துடுப்புப் படகையே வாடகைக்கு எடுத்துக் கொள்கின்றனர். கட்டடங்கள் மற்றும் மக்களைக் காண கால்வாய்களின் வழியே, குறைந்த வேகத்தில் அழைத்துச் செல்லப் படுகின்றனர்.

ஆலப்புழாவின் அழகான கால்வாய்களிலும் இதே அம்சத்தை நாம் உருவாக்கலாம்.

கிழக்கின் வெனிஸ்

அழகான பழைய கட்டடங்கள்

இரண்டு வெனிஸ்களுக்கும் உள்ள இரண்டாவது ஒற்றுமை என்னவென்றால், கால்வாய்களின் இருபுறங்களிலும், உள்ளத்தை கொள்ளை கொள்ளும் வகையில் கட்டப்பட்ட, வரலாற்று சிறப்புமிக்க, அழகான பழையக் கட்டடங்கள் இருப்பதாகும். என்ன தான் கட்டடங்கள் வெவ்வேறு காலகட்டத்தைச் சார்ந்ததாக இருப்பினும், வெவ்வேறு பாணிகள் உடையதாக இருப்பினும், நவீன நகரங்களில் அரிதாக இருக்கும் ஓர் ஒற்றுமை உணர்வினை, இந்த இரு நகரங்களிலும் உணரலாம். பழைய அரண்மனைகளும், பிரம்மாண்டமான கட்டடங்களும், அதிக அளவில் ஆலப்புழாவில் இல்லை. ஆலப்புழாவில் உள்ள பழையக் கட்டடங்கள் சிறியதாகவும், எளிமையாகவும் இருப்பினும், வசீகரத்துடன் ஓர் தனித்துவத்தைக் கொண்டு இருக்கின்றன. கோவா, ஸ்ரீநகர், புதுச்சேரி போன்ற இந்தியாவின் புகழ்பெற்ற வேறு எந்த சுற்றுலா நகரங்களிலும் காணப்படாத வகையில், ஓர் சிறப்பு வாய்ந்த கால்வாய் ஓர கட்டடக்கலை பாணியை இந்த கட்டடங்கள் வெளிப்படுத்துகின்றன.

இரண்டு வெனிஸ்களிலும், கால்வாய் ஓரமாக இருக்கும் பழையக் கட்டடங்கள் ஒரு நல்ல வசீகரத்துடன் இருப்பதை காணலாம். மேலும் கால்வாய்களுக்கு மிக அருகாமையிலேயே சாலைகள் இருப்பதையும் காணலாம்.

தனித்துவமான படகுகள்

மேற்கின் வெனிஸ் 'கோண்டோலா' எனப்படும் தனித்துவமான பயணியர் படகுகளை கொண்டுள்ளது. ஆலப்புழாவின் கால்வாய் படகுகளுடன் ஒரு கவனிக்கத்தக்க ஒற்றுமையை இந்த கோண்டோலா படகுகள் பெற்றுள்ளதை அருகில் உள்ள வரைபடங்களிலிருந்து காணலாம். வெனிஸின் கால்வாய் வழியே மெதுவாக துடுப்பிட்டு பயணித்து செல்வதே முக்கிய சுற்றுலா அம்சங்களுள் ஒன்று. வெனிஸிற்கு சுற்றுலா செல்லும் எவரும் கோண்டோலாவில் பயணிக்காமல் இருப்பதில்லை. உங்களை வழிநெடுக துடுப்பிட்டு அழைத்துச் செல்லும் படகோட்டியைத் தவிர, சரம் கொண்ட இசைக்கருவியை வாசித்துக் கொண்டே வரும் ஒரு இசைக்கலைஞரும் அந்த படகில் பயணிப்பார்.

இந்த மெதுவான, அமைதியான பயணத்தை உணர்ந்து மகிழாதவர்கள் யாரும் இருக்க மாட்டார்கள். நம்மிடம் படகுகள் உள்ளன. வேண்டுமென்றால் அவற்றை இன்றளவும் உருவாக்கிக் கொள்ளலாம். இந்த படகின் நடுவில் இருக்கும் கடினமான, மர இருக்கைகளுக்கு பதிலாக, வசதியான, மெத்தைகள் உடைய இருக்கைகளை அமைத்தால், இதையும் ஒரு சுற்றுலா அம்சமாக்கலாம். அவ்வாறு செய்தால் நாம் எளிதாக மேற்கின் வெனிஸை போல ஆலப்புழா கால்வாய் படகு சவாரியையும் தவிர்க்கமுடியாத ஒன்றாக ஆக்கலாம்.

W

E

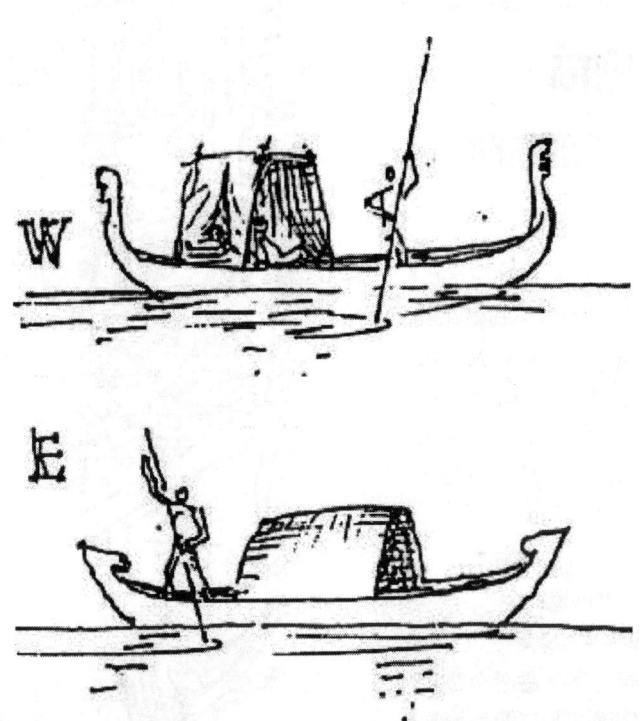

கால்வாய் ஓரக் கரைகள்

அருகே இருப்பது மேற்கின் வெனிஸில் இருக்கும் கால்வாய் ஓரத்தின் வரைபடம். எதிரில் இருப்பதோ கிழக்கின் வெனிஸ் எனப்படும் ஆலப்புழாவின் பேருந்து நிலையத்தின் அருகில் இருக்கும் கால்வாய் ஓரத்தின் வரைபடம்.

நீர்ப் படகுகள், கட்டடங்கள், அருகில் நடந்து செல்லும் மக்கள், வழியில் இருக்கும் வண்ணக் குடைகளில் இளைப்பாறும் பயணிகள், அவர்கள் நண்பர்களுடன் அரட்டை அடிக்கும் அழகு, புத்துணர்ச்சியூட்டும் குளிர்பானங்கள் என பல ஒற்றுமைகளை இரு நகரங்களிலும் காண முடியும்.

ஆனாலும் சிறு குடில்கள், குப்பைக் குவியல்கள், குப்பை மேடுகள், பல வடிவத்தில் வகைவகையான சுவரொட்டிகள், கட்டுமான பொருட்களின் குவியல்களால் நிரப்பப்பட்ட, அமர்வதற்கும் இடமேதும் இல்லாத ஒரு கால்வாய்க் கரை—இதுவே ஆலப்புழாவின் பேருந்து நிலையத்தை விட்டு வெளிவரும் ஒவ்வொரு சுற்றுலாப் பயணியும் காணும் முதல் காட்சி ஆகும். உண்மையாக சொல்லப் போனால், அங்கு ஒரு கால்வாய் இருப்பதையே புதிதாக வரும் பயணிகள் கண்டறியாத வண்ணம், அந்த கால்வாய் கரையோரம் முழுவதும் குப்பை கொட்டப்பட்டுள்ளது.

படத்தில் உள்ளது போல வெனிஸின் கால்வாய்க் கரையின் மீது நீங்கள் இளைப்பாற அமர்ந்து, ஒரு புத்துணர்ச்சியூட்டும் பானம் குடிக்கலாம்.

படத்தில் உள்ளது போல ஆலப்புழாவில் நீங்கள் கால்வாய்க் கரையின் மீது இருக்கும் சிறு கடையிலிருந்து ஒரு கண்ணாடி குவளையில் தேநீர் வாங்கி அருந்தலாம். அமர்வதற்கு இருக்கைகள் ஏதும் அங்கு இருக்காது. மேலும் அந்த கால்வாய்க் கரையின் மீது ஈக்கள் மொய்க்கும், துர்நாற்றமும் வீசும். அத்துடன் ஒரு குப்பைக் குவியலும் இருக்கும்.

தன் நகரவாசிகள் மற்றும் சுற்றுலா பயணிகளை மகிழ்விப்பதற்கும், அவர்களின் பயன்பாட்டிற்காகவும், வெனிஸ் அதன் கால்வாய்க் கரைகளை முழுமையாக பயன்படுத்துகிறது.

கண்களுக்குத் தென்படும் மரங்களைத் தவிர, ஆலப்புழாவின் பல்வேறு பகுதிகளிலும் அதன் மறைந்துள்ள அழகை கண்டுபிடிப்பது கடினமே.

NO

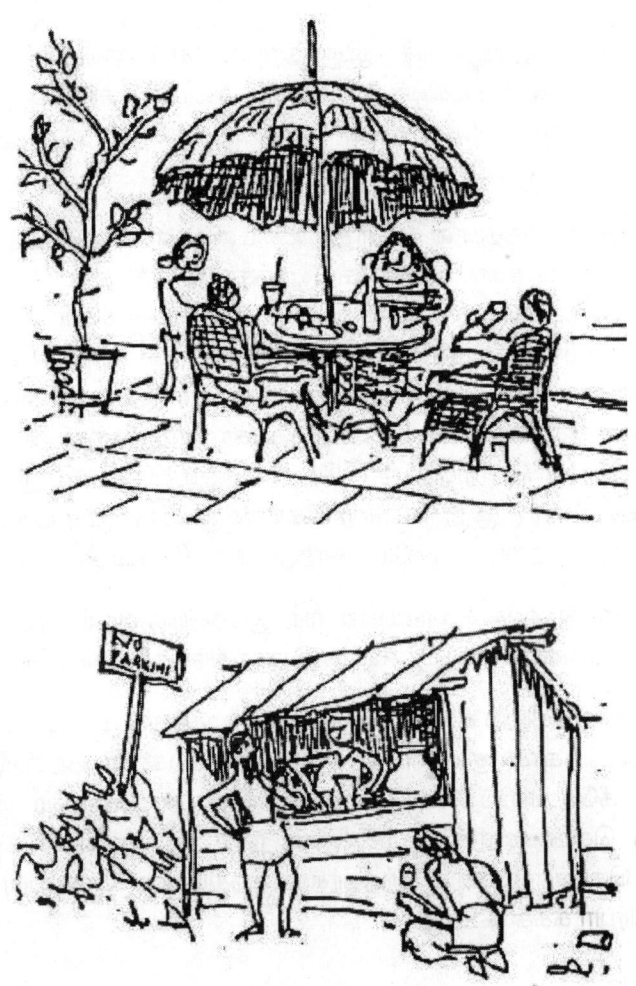

இப்படி பல ஒற்றுமைகள் இருந்தாலும், சில வேறுபாடுகளும் இருக்கத் தான் செய்கின்றன. மக்கள் அவர்கள் சுற்றுப்புறத்தை எந்த அளவுக்கு மதிக்கிறார்கள் என்பதைப் பொருத்தே இந்த வேறுபாடுகள் அமைகின்றன.

அரசுக்குச் சொந்தமான பொது உடைமைகளாக இருந்தாலும் சரி, பிறருடைய உடைமைகளாக இருந்தாலும் சரி, ஏன்! அவரவர் சொந்த உடைமைகளாகவுமே இருந்தாலும் சரி—மக்கள் முதலில் இவற்றை எல்லாம் பேணி பாதுகாக்கின்றனரா? தங்கள் வளங்களைக் கண்டு உண்மையில் பெருமைக் கொள்கின்றனரா? உள்ளூர் மக்கள், அவர்களை சுற்றியுள்ளதையும், கடந்தக் காலத்திலிருந்து அவர்கள் மரபுரிமையாக பெற்றதையும், பேணி அனுபவித்து பெருமைக் கொள்கின்றனரா? இது போன்ற கேள்விகளுக்கான விடைகளைப் பொறுத்தே சுற்றுலாப் பயணிகள் காணும் காட்சிகளும் அமையும்.

அழுக்கான குப்பைக் கூளங்களை, நம் இடத்திற்கு வரும் சுற்றுலாப் பயணிகள் காண வேண்டுமா என்பதை நாம் சிந்திக்க வேண்டும்..

எல்லா இடங்களிலும் காகிதக் குப்பைகள், பழத்தோல்கள், புட்டிகள், கந்தல்கள், தகரக் குவளைகள் மற்றும் சாம்பல்களை அரசாங்கம் ஒன்றும் கீழே எறிவதில்லை. மாறாக நாம் அனைவருமே இது போன்ற செயல்களைச் செய்கிறோம். நாம் இப்படி பொறுப்பற்று நடந்து கொள்ளும் வரை, மற்றவர்கள் இந்தியாவை நேசிப்பார்கள் என எதிர்பார்க்கக் கூடாது.

(ஆலப்புழாவில் இருந்த இடத்தில் இருந்தே வரைந்த ஒரு படம்)

கால்வாய் ஓரக் கட்டடங்கள்

ழே காண்பிக்கப்பட்டுள்ளது போல, மனநிறைவு கொடுக்கும் கட்டடங்கள் கொண்ட பல சேதமடையாத சாலை நீட்சிகளை, ஆலப்புழாவின் கால்வாய் ஓரங்கள் கொண்டுள்ளன. கேரளத்தின் இந்த காட்சியைக் கண்டுகளிக்கவும், புகைப்படம் எடுக்கவும் உலகமெங்கில் இருந்தும் மக்கள் வருகை புரிகின்றனர்.

ஆனால் நாமோ, இதுபோன்ற கட்டடங்களை பெரும்பாலும் பழைய பாணிக் கட்டடங்கள் என்றும் பயனற்றவை என்றும் கருதுகிறோம். கேரளாவில் இருக்கும் நமக்கோ, நமது கலாச்சார மரபின் மீது குறைந்த அளவு மரியாதையும், கடுகளவு நேசமும் கூட இல்லை என்பதாகவே தெரிகிறது.

கீழே மீண்டும் நான் அதே வரைபடத்தை, எதிர்மறையாக வரைந்துள்ளேன். ஆனால் அதில் ஒரு மரத்தை வெட்டியும், பழையக் கட்டடங்களுள் ஒன்றை இடித்தும், ஆலப்புழாவின் பாணியோடு சற்றும் ஒத்துப் போகாத வண்ணம், ஒரு பெரிய ஐந்து மாடிக் கட்டடம் ஒன்றையும் வரைந்துள்ளேன். அதிகாரிகளும், நவீன ஒளிக் கம்பங்களையும், தெரு விளக்குகளையும் ஓர் வரிசையில் அமைத்துள்ளனர்.

நாம் ஆலப்புழாவின் உயிரோட்டத்தை, சுற்றுலாத் துறையின் மூலம் மீட்டெடுக்க வேண்டுமெனில், இதுபோன்ற செயலை நாம் செய்யக் கூடாது.

கால்வாய் ஓர சாலைகளின் நெடுகிலும் உள்ள கிடங்குகள், சிறந்த வகை கட்டடக்கலையை வெளிப்படுத்துகின்றன. பெருவாரியானவை மிகச் சிறந்த பரிமாணத்துடன், தூண்கள் மற்றும் கவான்களில் (arch) அழகான நுணுக்கங்களைக் கொண்டுள்ளன.

பெரும்பாலான இவ்வகைக் கட்டடங்கள் தற்போது பயன்பாட்டில் இல்லாமல், வீணாகவே இருக்கின்றன. ஆனால் அவை நல்ல வலுவான கட்டடங்கள் என்பதால், அவற்றை வேறு பயன்பாடுகளுக்கு நன்றாகவே பயன்படுத்தலாம். எடுத்துக்காட்டாக, அவற்றில் ஒரு சில கட்டடங்கள் அண்மையில் திருமண மண்டபங்களாகப் பயன்படுத்தப் படுகின்றன. மற்றவை அலுவலகங்களாக மாற்றப்பட்டுவிட்டன.

இருப்பினும் இந்த எளிமையான கட்டடங்கள், கண்களைக் கவரும் வகையிலும், பழைய ஆலப்புழா நகரத்தின் வசீகரத்தை வெளிப்படுத்தும் விதமாகவும் உள்ளன.

கீழே மீண்டும் நான் பழையக் கட்டடம் ஒன்றுக்கு பதிலாக, ஒரு புதிய, 'நவீனம்' என சொல்லப்படும், கட்டடத்தை வரைந்துள்ளேன். அவ்வாறு நடுவில் ஒரு புதிய கட்டடத்தை சொருகினால், அந்த நிமிடமே, பழைய நகரத்தின் வசீகரமானது அழிந்துவிடும்.

கேரள பாணி கட்டடங்கள், காலம் கடந்தவை அல்ல என்பதை நாம் விரைவாக கற்றுக் கொள்ள வேண்டும். அவற்றின் அழகையும், அவை வரலாற்றில் இடம்பெற்று இருப்பதையும் நாம் உணர வேண்டும். ஆலப்புழா எனும் சிறு நகரம் இவை அனைத்தையும் கொண்டது ஆகும்.

மதம் சார்ந்த கால்வாய் ஓரக் கட்டடங்கள்

கேரளாவில் பல்வேறு மத நம்பிக்கை உடைய மக்கள் அருகருகே ஒற்றுமையாக வாழ்ந்தும், வழிப்பட்டும் வருவதைக் கண்டு சுற்றுலாப் பயணிகள் வியப்படைகின்றனர். இக்காலக்கட்டடத்தில் இது போன்ற ஒன்றைப் பார்ப்பது என்பது கண்கொள்ளாக் காட்சியாகும்.

ஆலப்புழாவின் கால்வாய்களின் வழியே பயணிக்கும் போது, நகரின் மூன்று முக்கிய மதங்களைச் சார்ந்த கட்டடங்கள், அழகிய கேரள பாணி கட்டடக்கலையில் இருப்பதை நீங்கள் காணலாம்.

கீழே உள்ள இரு வரைபடங்களில் காண்பிக்கப்பட்டுள்ளதுப் போல, ஆலப்புழாவில் இருக்கும் கால்வாய் ஓர மசூதிகளையும், பள்ளிவாசல்களையும் உலகில் வேறெங்காவது உங்களால் காண முடியுமா?

ஒரு மசூதியின் நுழைவாயில் ஆனது, குறுகலான, கால்வாய் ஓர சாலையின் மீது இருக்கிறது.

எதிர் பக்கத்தில் இருக்கும் மசூதியோ, கால்வாய் நீரிலிருந்து எழுவது போல தோன்றுகிறது.

இவை எதுவும் அன்னியமில்லை; எதுவும் இறக்குமதி செய்யப்பட்டவையும் அல்ல. இதுவே கேரளாவின் உண்மையான அடையாளம் ஆகும்!

சாலையின் இந்த நீட்சியின் வழியே பெரிய அளவில் மக்கள் வரவில்லை எனினும், கேரளாவின் சுற்றுலாப் பயணிகளான அனைவருமே இங்கே வந்து அப்படிப்பட்ட அழகினை புகைப்படம் எடுத்த வண்ணம் இருந்தனர்.

படகுகளில் செல்லும்போது தென்படும் கால்வாய் ஓரக் கட்டடங்களின் காட்சிகள், நீரில் ஏற்படும் பிரதிபலிப்புகளால் இருமடங்கு மகிழ்ச்சியைத் தருகின்றன.

இந்தக் கட்டடங்கள் யாவும் ஆலப்புழாவிற்கு ஒரு வரம் என்றே கூறலாம்.

கிருத்துவ தேவாலயங்களும் கூட கால்வாய்களின் வழி நெடுகிலும் காணப்படுகின்றன. முழுவதுமாக உள்ளூர் பாணிக் கட்டடக்கலையில் சில கட்டப்பட்டு இருப்பினும், மற்ற சில கட்டடங்கள் கேரள பாணியை மேற்கத்திய பரோக் (Baroque) பாணியுடன் இணைத்துக் கட்டப்பட்டுள்ளன.

ஐரோப்பிய நாடுகளைச் சென்றடைவதற்கு வெகு காலம் முன்பே, கிருத்துவம் கேரளாவின் கடற்கரை நகரங்கள் வழியே இந்தியாவிற்கு வந்தடைந்தது என்பதை பல வெளிநாட்டு சுற்றுலாப் பயணிகள் நினைவில் கொள்ள வேண்டும். பல சுற்றுலாப் பயணிகள் வேடிக்கைக்காகவும் இன்பத்திற்காகவும் தவிர, மற்ற நிறைய விஷயங்களுக்காகவும் இங்கு வருகின்றனர். இந்த மத கலாச்சாரங்களின் கண்கவர் கலவையை ஆலப்புழாவில் நம்மால் அவர்களுக்குக் காட்ட முடியும்.

இது கால்வாய் ஓரத்தில், நன்கு பராமரிக்கப்பட்ட தோட்டத்துடன் இருக்கும், ஒரு அழகான, பழமை வாய்ந்த தேவாலயம் ஆகும்.

அதன் சுற்றுப்புறத்தில் மிகப் பழமையான, அழகான கல்லறைகள் நிறைய உள்ளன.

பதினெட்டாம் நூற்றாண்டில், ஆலப்புழாவில் தனிமையில் வாழ்ந்து மறைந்த பிரிட்டிஷ் அதிகாரிகளைப் பற்றிய வரலாற்றுத் தகவல்களை கல்வெட்டுகள் தெரியப்படுத்துகின்றன.

கால்வாய்களின் மிக அருகாமையிலேபே, அருமையான, பிரம்மாணடமான கேரள பாணி இந்துக் கோயில்களும் அமைந்திருக்கின்றன.

கண்ணைக் கவரும் ஓட்டுக் கூரைகளைக் கொண்ட, பெரும்பாலும் மரத்தால் செதுக்கப்பட்ட இந்தக் கட்டடங்களுக்கு ஈடு இணை இவ்வுலகில் வேறெதுவும் இல்லை.

இவ்வளாகங்கள் சிறிய மற்றும் பெரிய மரங்களைக் கொண்டு, பரந்து விரிந்ததாகவும், திறந்தவெளிகளுடனும் இருக்கின்றன. இதன் கிளைக் கட்டடங்களும், மிகவும் அழகாக உள்ளன.

பொதுவாக மதக் கூட்டங்கள் நடைபெறாத போது, கோயில்களில் அவற்றிற்காக ஒதுக்கப்பட்ட இடங்கள் காலியாகவும், உயிரற்றதாகவும் காட்சி அளிக்கின்றன. ஆனால் இங்கோ அப்படி இல்லை. இங்குள்ள அமைதியும், சமாதானமும் நன்றாக உணரக்கூடியவை. இந்தியாவில் உள்ள வேறு எந்த நகரமும் இதுபோன்ற உணர்வையும், அழகையும் வெளிப்படுத்துவது இல்லை.

இந்த வரைபடம் ஜப்பானில் வரைந்தது இல்லை. இது, ஆலப்புழாவின் கால்வாயின் அருகில் அமைந்திருக்கும் மற்றொரு சராசரியான கேரள பாணி கோயில் கட்டடமே.

இந்த கிழக்கத்திய அதிசயங்களை எல்லாம் ஆலப்புழாவிலேயே காண முடியும் என்று எப்போது சுற்றுலாப் பயணிகள் அறிகின்றனரோ, அப்போதே பணத்தை செலவழித்து ஜப்பான் வரை பயணம் செய்யும் அவர்களின் எண்ணத்தை கைவிடுவார்கள்.

ஆனால் ஆலப்புழா என்பது, நம் முன்னோர்கள் கட்டமைத்த இந்த அதிசயங்களை மட்டுமே சார்ந்து இருக்க முடியாது என்பதை நாம் நினைவில் கொள்ள வேண்டும்.

தங்குவதற்கு வசதியான ஒரு இடம், உண்பதற்கு சுத்தமான உணவு, மகிழ்வூட்டும் போக்குவரத்து வசதிகள் மற்றும் இதுபோன்ற பல வசதிகளை நாமே ஏற்படுத்திக் கொடுக்க வேண்டும்.

மக்கள் வெறுமனே கோயில்களையும், மசூதிகளையும் மட்டும் புகைப்படம் எடுக்காமல், சாதாரண கேரள பாணி வீடுகளையும், புகைப்படம் எடுப்பர். கால்வாயை நோக்கி இருக்கும், இதுபோன்ற கட்டடத்தில் தங்குவதையே சுற்றுலாப் பயணிகள் பெரிதும் விரும்புவர்.

பேருந்து நிலையம்

நீங்கள் பேருந்தில் வந்திறங்கி ஒரு தானி (auto) அல்லது வாடகை வண்டியைப் பிடிக்க நடந்து செல்லும்போது, பேருந்து நிலையத்தைத் திரும்பி பார்க்கையில், கால்வாய் அரைகுறையாக உங்களுக்குத் தெரியும். கண்ணில் புலப்படும் கட்டடங்கள், கேரளாவின் புகழ்பெற்ற கட்டடக்கலை பாணியோடு ஒருபோதும் ஒத்துப் போவதில்லை. ஒரு புறம் நீங்கள் காண்பதோ வகைப்படுத்த முடியாத, நவீன, உயிரற்ற கட்டடங்களே. மற்றொரு புறம், கால்வாய் ஓரத்தில், சுத்தமில்லா குடிசைகள், குடில்கள், அழுக்குச் சுவரொட்டிகள் மற்றும் எல்லா கோணங்களிலும் சாய்ந்துக் கிடக்கும் மின்விளக்கு கம்பங்களே. கால்வாயின் விளிம்புகளிலும் வரிசையாக குப்பை மேடுகள் இருக்கின்றன. இதுவே கிழக்கின் வெனிஸ் உடைய உங்களது முதல் கண்ணோட்டமாக இருக்கும்.

கிழக்கின் வெனிஸ் என்ற பெயரை நாம் திரும்பப் பெற வேண்டுமானால், இத்தகைய சீர்கேடுகளை சரி செய்ய வேண்டும். ரயில் நிலைய முதன்மை கட்டடத்தின் மேலே, ஒரு கேரள பாணிக் கூரையை அமைப்பதன் மூலம், நிழல் கொண்ட ஓய்வெடுக்கும் இடம் ஒன்று நமக்கு கிடைக்கும். அத்துடன், அங்கிருந்து நகரத்தின் ஒரு அழகியக் காட்சியும் நமக்கு கிடைக்கும். அரைகுறையாய் கட்டப்பட்ட பெட்டிக் கடைகளுக்கு பதிலாக, குடைகள் மற்றும் கால்வாயை எதிர்நோக்கிய இருக்கைகள் கொண்ட, ஒரு கேரள பாணி பெட்டிக் கடையை அமைக்கலாம்.

கூரைகளுக்கு அடியில், தகவல் தரும் சுவரொட்டிகளைத் தொங்க விடலாம். முன் பக்கத்தில் இருக்கும் காட்சியைப் போல அல்லாமல், கீழுள்ள படத்தில் இருப்பதில் போன்ற ஒரு அமைப்பு இருந்தால், நீங்கள் உண்மையிலேயே கிழக்கின் வெனிஸிக்கு வந்தடைந்ததாக உணர்வீர்கள்.

கால்வாய்ப் படகுகள்

சுத்தம் செய்யப்பட்ட நம் கால்வாய்களைக் காண்பது என்பதே மகிழ்ச்சித் தரும் ஒன்று. ஆனால் அவற்றின் மேலே பயணம் செய்வது என்பது அதைவிட மகிழ்ச்சிகரமான ஒன்றாகும். தற்பொழுது பல்வேறு வகையான வசதியற்ற, உள்ளூர் மரக்கலப் படகுகள் மற்றும் பெரிய பயணியர் படகுகளே உள்ளன. ஆனால் சுற்றுலாப் பயணிகளோ இன்னும் சற்றே வசதியான படகை விரும்புவர். நகரத்தின் மற்றொரு பகுதிக்கு நீங்கள் விரைவில் செல்ல வேண்டுமானால், அதற்கு தானிக்கு (auto) நிகரான கேரள பாணி படகு ஒன்றே தேவைப்படும்.

இதைப்போன்ற ஒரு படகினை நாம் பயன்படுத்தலாமா?

சுற்றுலாப் பயணிகள் அவசரத்தில் இருப்பதில்லை. அவர்கள் படகுகளில் செல்லும்போது கரைகளின் நெடுகிலும் உள்ள காட்சிகளைப் பார்த்துக்கொண்டும், புகைப்படங்கள் எடுத்துக் கொண்டும், இளநீர் அருந்த ஆங்காங்கே நிறுத்தியும், இளைப்பாற கரைகளின் மீது ஏறி கோயில்கள் அல்லது தேவாலயங்களைப் பார்த்தும், கால்வாய்களின் வழியே மெதுவாகவே உலாவுகின்றனர். எந்திரப் படகுகளை விட பாரம்பரிய துடுப்பு படகுகளே அனைவரையும் கவர்வதாகவும், அனைவராலும் விரும்பப் படுவதாகவும் இருக்கும்.

அல்லது இது போன்ற ஒன்று?

உள்நாட்டு சுற்றுலாப் பயணிகள் பெரும்பாலும் நண்பர்களுடனும், குடும்பத்தினருடனும் பயணிக்கின்றனர். அவர்களும் அவசரத்தில் இருப்பது இல்லை. அவர்கள் ஆலப்புழாவின் காட்சிகளை கண்டுகளிக்கவும், இளநீர் குடிக்கவும், உள்ளூர் உணவுகளை சுவைத்துப் பார்க்கவுமே வருகின்றனர். எனவே, 6 முதல் 12 பேர் வரை வசதியாக அமரக்கூடிய வண்ணம், இங்கு காட்டப்பட்டுள்ள வடிவிலேயே, பெரிய அளவு படகு ஒன்றினைப் பயன்படுத்தலாம். நாள் வாடகைக்கு ஒரு படகினை எடுத்துக் கொண்டு, கிழக்கின் வெனிஸை அதன் கால்வாய்களின் வழியாகச் சுற்றி வரலாம்.

காஷ்மீரின் படகுவீடு, அந்த மாநிலத்தின் சுற்றுலாப் பயணிகளுக்கு, ஒரு முக்கிய ஈர்ப்பாகவே எப்பொழுதும் இருந்துள்ளது. ஆனால் வருத்தம் அளிக்கும் விதமாக தற்பொழுதோ, காஷ்மீர் பயணம் என்பது விரும்பத்தக்கதாக இல்லை. ஆலப்புழாவின் காயலும், கால்வாய்களும் மிக எளிதாக பல்வேறு அளவிலான படகுவீடுகளுக்கு இடம் அளிக்கலாம். காஷ்மீரின் பெரிய படகுவீடு போல அவை இருக்கவேண்டும் என்ற அவசியமில்லை. ஆனால் நாமே நமக்கு ஏற்ற ஒரு படகு வகையை கேரள பாணியில் உருவாக்கலாம். சிறிய வகை படகானது படத்தில் உள்ளது போல இருக்கலாம்.

படகுவீட்டைக் கொண்டு பயணம் செய்வதில், ஒரு பெரிய இடர்பாடு உள்ளது. படகுகளின் அருகாமையிலோ அல்லது படகிலோ, சுத்தமான தண்ணீர் விநியோகம் கட்டாயம் இருக்க வேண்டும். அதைப் போலவே, கழிவு நீர் அகற்றுவதற்கு சேதமுறாத முறை ஒன்றும் அதில் இருத்தல் வேண்டும். தரையில் ஒரு ஓட்டை வழியாக கழிவினை கீழே விழச் செய்யும், இரயில்வே துறையின் கழிவகற்றும் முறையை, நாம் அனுமதிக்க முடியாது. விமானத்தில் பயன்படுத்தப்படுவது போன்ற ஒரு முறை இருக்க வேண்டும். இது வெற்றிகரமாக செயல்பட, ஒழுங்கான, திறனுள்ள அகற்றல் மற்றும் நீக்கல் முறை இருக்க வேண்டும். இது சாத்தியமானதே எனினும், படகு மற்றும் அதன் உறுப்புகளுக்கு ஆகும் செலவைத் தாண்டி இதற்கு கூடுதல் செலவு ஆகும்.

படகுவீடுகள், உணவு விடுதிகளுக்கும் (hotel), தங்கும் விடுதிகளுக்குமான (lodge) கவரத்தக்க ஒரு மாற்றாகும். இம்மாதிரியான சுற்றுலா வசதிகளுக்கு ஆலப்புழா ஏற்ற இடமாகும்.

கால்வாய் ஓரங்களிலோ அல்லது காயல்களிலோ, நங்கூரமிட்டு (anchored) இருக்கும், நடுத்தர அளவு படகுவீடு ஒன்றில், எவ்விதமான இடவசதி இருக்கும் என்பதை இந்த படங்கள் காண்பிக்கின்றன.

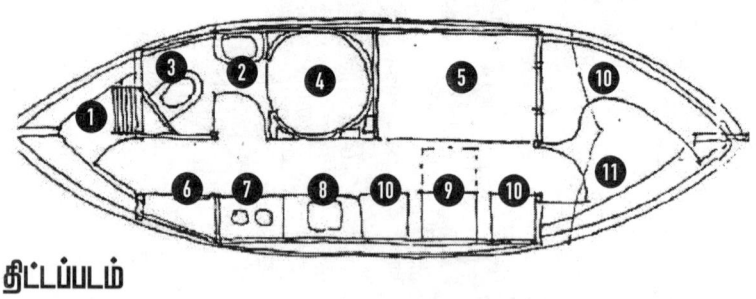

திட்டப்படம்

1 ஏணி **2** கைக் கழுவுமிடம் **3** கழிப்பிடம் **4** குளியலறை
5 பெரிய படுக்கை **6** அலமாரி **7** சமைக்கும் இடம்
8 கழுவுத் தொட்டி **9** மேசை **10** இருக்கை **11** தளம்

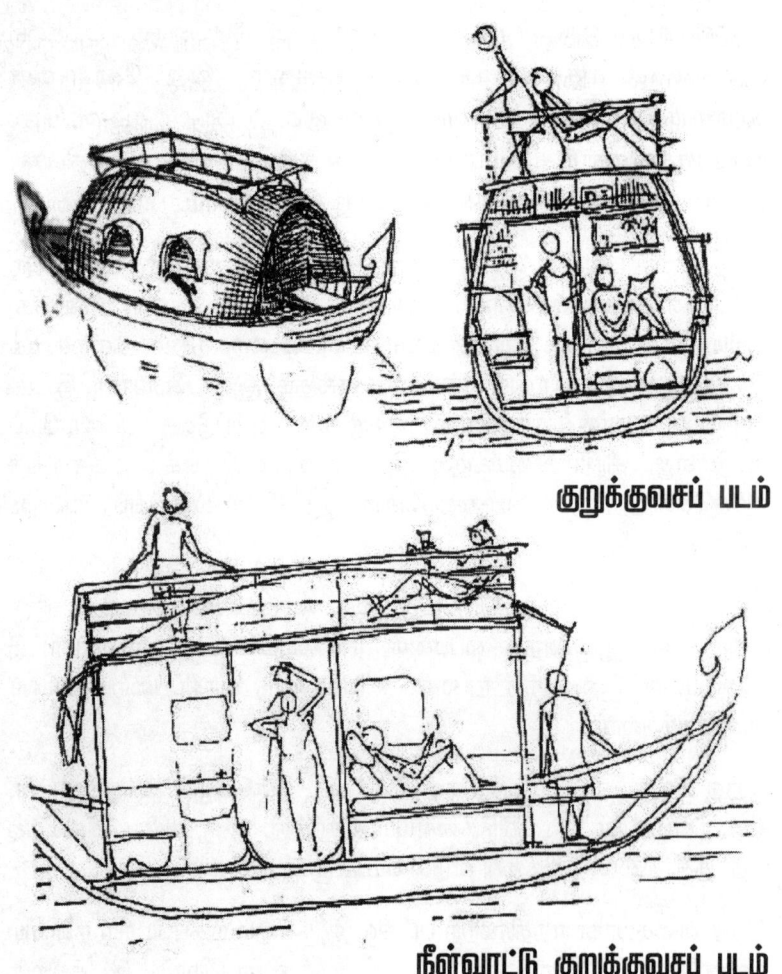

குறுக்குவசப் படம்

நீள்வாட்டு குறுக்குவசப் படம்

நீள்பெரும் படகுவீடு

படகுவீட்டின் ஒரு மாறுபட்ட வகையாக நீள்பெரும் படகுவீடு இருக்கலாம். புதுமையான ஒன்று எனினும், இது கேரளாவின் சூழலுக்குப் பொருத்தமாக இருக்கும். ஒரு தட்டையான அடிப்பகுதியினைக் கொண்டு, தளத்தில் ஒரு வசதியான தங்குமிடத்துடன், எந்த அளவிலும் இது இருக்கலாம்.

இந்த வரைபடங்கள், இரண்டு தனித்தனி குடிசைகள் இருக்கும் ஒரு படகினை காண்பிக்கின்றன. ஒவ்வொரு குடிசையும், ஒரு படுக்கை, குளியலறை மற்றும் இருக்கைகள் உடைய ஒரு சிறிய அறையைக் கொண்டுள்ளது. இரண்டு குடிசைகளுக்கும் இடையேயான இடம், காற்றோட்டமான தாழ்வாரம் ஒன்றினை ஏற்படுத்த கூரையிடப் பட்டுள்ளது. சிறிய சமைக்கும் இடமும் உள்ளது. மக்கள் கரைக்கு ஏறிச்சென்று திரும்பி வருவதற்கென ஒரு சிறிய மிதவைப் பாலமும் உள்ளது.

இதைப்போன்ற நீள்பெரும் படகுகளை, ஒரு உணவகமாகவோ, ஒரு கடையுடன் இணைந்த ஒப்பனை நிலையமாகவோ, விளையாட்டு அறையுடன் இணைந்த நூலகம் மற்றும் ஒரு வாசிப்பறையாகவோ பயன்படுத்தலாம்.

இந்த வகையில், பிற வசதிகள் கொண்ட நீள்பெரும் படகுகளுடன், சில நீள்பெரும் படகுவீடுகளையும் சேர்த்து, ஒரு சிறிய மிதவைத் தொகுதி அல்லது மிதவை விடுதியை உருவாக்கலாம்.

இந்த வகையான எந்திரமற்ற படகில் இருக்கும் மிகப்பெரிய நன்மை என்னவெனில், இதை ஒரு இடத்திலிருந்து மற்றொரு இடத்திற்கு கட்டியிழுத்தோ அல்லது துடுப்பு இட்டோ நகர்த்திச் செல்லலாம். எந்திரம் எதுவும் தேவையில்லை என்பதனால் சத்தமும், மாசும் ஏற்படுவதில்லை.

1. தளம்   2. மெத்திருக்கை   3. வாழ்வறை   4. குளியலறை
5. தாழ்வாரம்   6. மிதவைப் பாலம்

மரங்கள்

மிகப்பெரிய அழகான மரங்கள் அதிக அளவில் தற்போதும் ஆலப்புழாவில் உள்ளன. இங்குள்ள மழை மரங்கள் கண்ணைக் கவரும் விதமாக உள்ளன. இயல்பாகவே சுட்டெரிக்கும் சூரியனிலிருந்து, மரங்கள் நிழல் தரும். கால்வாய் ஓரங்களின் வழியாக, பகல் நேரங்களில் மிகுந்த சூட்டினால் அவதிப்படாமல் நடந்து செல்வதற்கும், இந்த மரங்கள் உதவியாக இருக்கின்றன.

மரங்களுக்கு நிலையான கவனிப்பும், பாதுகாப்பும் தேவை. அவற்றின் உறுப்புகளை சேதமாக்கவோ, அவற்றை வெட்டி சாய்க்கவோ, மக்களை அனுமதிக்கக் கூடாது. சொல்லப்போனால் அவற்றைக் கண்காணித்து, பாதுகாக்கும் செயலை, குடிமக்களே செய்ய வேண்டும். அவர்களுடைய நல்வாழ்விற்காகவும், சுற்றுலாத் துறையை மேம்படுத்துவதற்காகவும், அவற்றை ஒரு இன்றியமையாத சொத்தாக நாம் பார்க்க வேண்டும்.

இதுதான் தென்னை மரங்கள் வரிசையாக நிறைந்த புகழ்பெற்ற நேரு கோப்பைப் படகுப் போட்டிக்கான (Nehru Trophy Boat Race) செல்வழி.

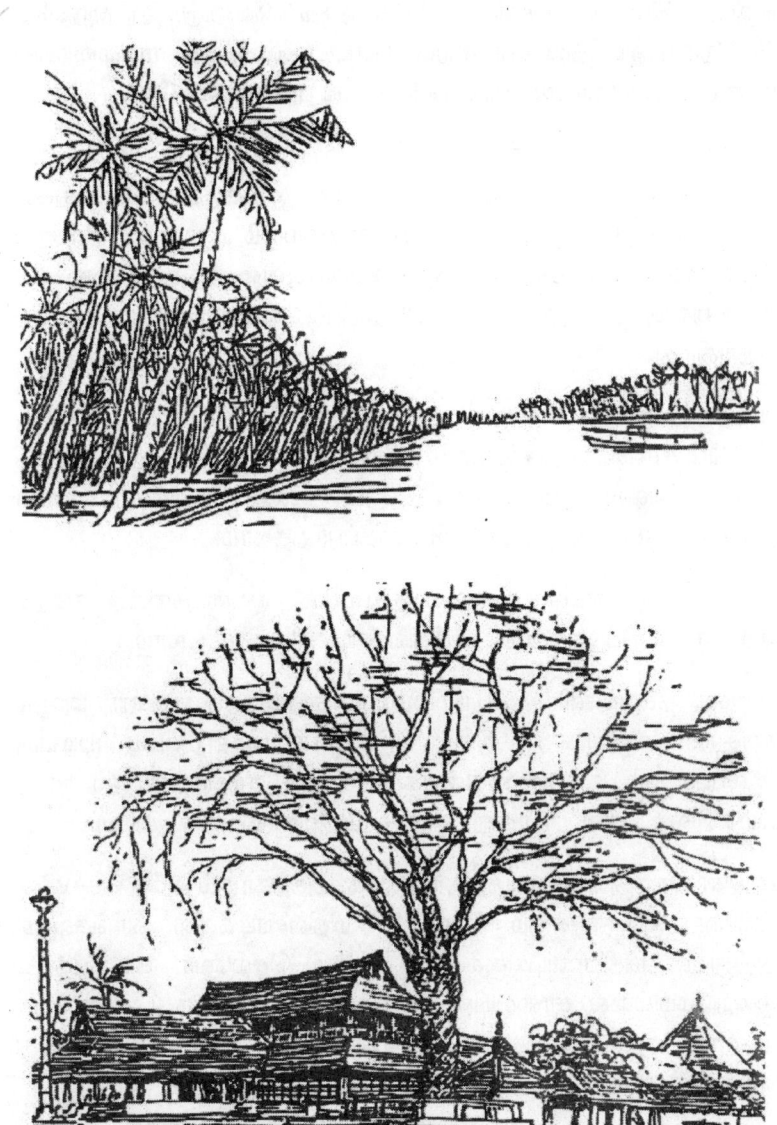

குப்பை அகற்றல்

காகிதக் குப்பைக்கான கொள்கலன்கள் (bin) எல்லாம் நன்றாகத்தான் உள்ளன. ஆனால் அவற்றை காலி செய்து, அவற்றில் இருக்கும் கழிவுப் பொருட்களைத் தனியே நீக்க வேண்டும். வெறுமனே வேறொரு இடத்தில் அவற்றைக் கொட்டாமல், ஒழுங்கான முறையில் நாம் குப்பைகளை அகற்றும் வரை அவை பயனற்றவையே.

முதலாவதாக, குப்பைத் திரட்டல் முறையைப் பற்றிக் காணலாம். வாங்கவும், இயக்கவும் விலை அதிகமாக இருக்கும் சரக்குந்துகள் (lorry) தேவையும் இல்லை. அது சாத்தியமும் இல்லை. அடுத்தப் பக்கத்தில் உள்ள வரைபடம் வழக்கமாய் என்ன நடக்கும் என்பதை காண்பிக்கிறது. இது விலை உயர்ந்த திரட்டல்-அகற்றல் முறையாகத் தெரிகிறது.

முடிந்தவரையிலும் பலத்தரப்பட்ட குப்பைப் பொருட்களை (காகிதம், நெகிழி, கண்ணாடி, உலோகம், கரிமப் பொருட்கள்) தனித்தனியாகத் திரட்ட வேண்டும். பலத்தரப்பட்ட குப்பைகளை வெவ்வேறு வண்ண நெகிழிப் பைகளைக் கொண்டு வகைப்படுத்தலாம்.

வீட்டில் ஏற்கனவே வகைப்படுத்தப்பட்ட குப்பைகளை, தகுந்த அடுக்குகள் பொருத்தப்பட்ட மிதிவண்டிகளில் திரட்டலாம்.

பழைய நகரங்களில் பெரும்பாலும், குறுகிய பாதைகள் மற்றும் சந்துகள் வழியாக மட்டுமே வீடுகளைச் சென்றடைய முடியும்; ஆலப்புழாவும் இதற்கு விதிவிலக்கல்ல. ஒரு சரக்குந்தினால் இந்த வழிகளில் செல்ல முடியாது; ஆனால் மிதிவண்டிகளால் முடியும்.

ஒரு சரக்குந்து வாங்குவதற்கு பதிலாக, அதற்காகும் அதே செலவில், நீங்கள் இருநூறுக்கும் மேற்பட்ட மிதிவண்டிகளை வாங்கலாம். அத்துடன் மிதிவண்டிகளுக்கு இயங்கும் செலவோ, கிட்டத்தட்ட ஒன்றுமேயில்லை. சாலையின் மேற்பரப்பினை சரக்குந்து பாழாக்கும். ஆனால் மிதிவண்டி அப்படி செய்வதில்லை. மிதிவண்டியிலிருந்து எந்த ஒலி மாசும் ஏற்படுவதில்லை.

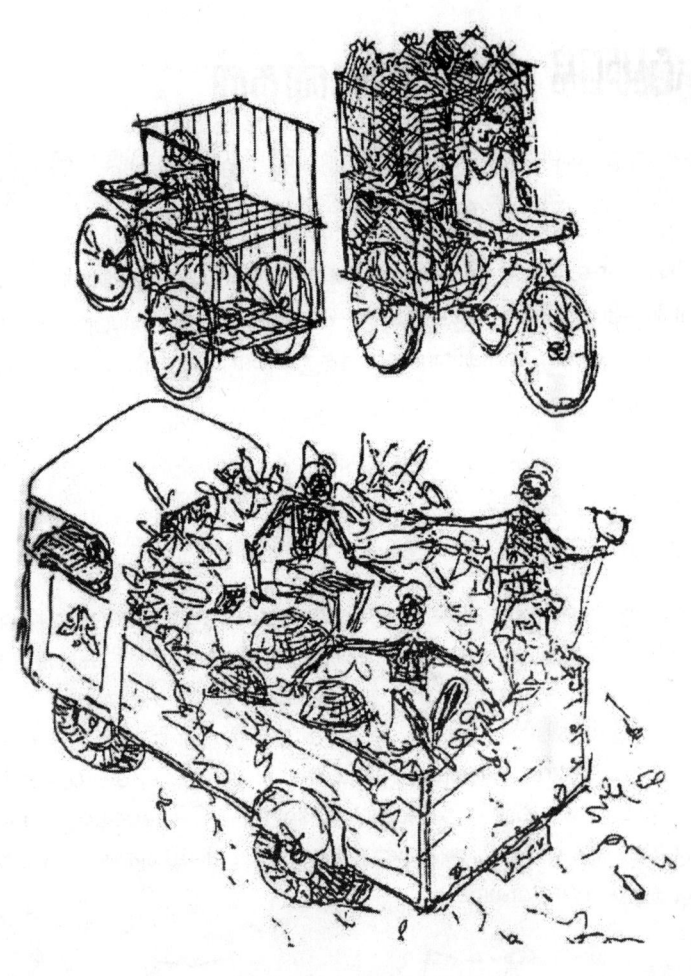

குப்பைகளை வகைப்படுத்துவதற்கும், மறுசுழற்சி செய்வதற்கும், சில பழைய, பயன்பாட்டில் இல்லாத கிடங்குகளைப் பயன்படுத்தலாம். துணி மற்றும் காகிதத்தை மறுசுழற்சி செய்து, புதிய காகிதத்தை உருவாக்கலாம். உலோகங்கள் மற்றும் கண்ணாடியை உருக்கி மீண்டும் பயன்படுத்தலாம். சிலவகை நெகிழிகளையும் மறுசுழற்சி செய்யலாம். குப்பைகளை மறுசுழற்சி செய்வதென்பது ஒரு பெரிய வணிகமாக மாற வாய்ப்பு உள்ளது.

குப்பைக் கொள்கலன்கள்

கால்வாய் ஓர சாலைகள் மற்றும் பிற சாலைகளின் நெடுகிலும், குப்பை கொள்கலன்கள் அவசியம் இருக்க வேண்டும்.

கண்டிப்பாக அந்த கொள்கலன்கள், காண்பதற்கு அழுக்காகவோ, அருவருப்பாகவோ இருக்கக் கூடாது. தேவையற்ற குப்பைப் பொருட்களை எளிமையாக அதனுள்ளே போடும்படி இருத்தல் வேண்டும்.

மக்கள் தேடும் வகையில் இல்லாமல், அந்த கொள்கலன்கள் எளிதில் கண்டறியும் விதமாக இருக்க வேண்டும். நீக்கக்கூடிய வகையில், அதற்குள் மற்றொரு கொள்கலனும் இருக்க வேண்டும்.

கீழேயிருப்பது ஒரு ஆலோசனை ஆகும். இந்த சாதனம் அதன் வெளிப்புறத்தில் அழகான சுவர்களையும், கேரள பாணி கூரையையும் பெற்றுள்ளது. வளர்ச்சித் துறையின் இலட்சினையை இந்த சாதனத்தில் பொறிக்கலாம். இதனை சுற்றி நன்கு பராமரிக்கப்பட்ட ஒரு சிறிய மலர்ப்படுகையும் இருக்கலாம். இதற்குள் சக்கரங்களைக் கொண்ட நெகிழி அல்லது உலோக கொள்கலன் ஒன்றும் இருக்க வேண்டும். அதனை முறையே காலிசெய்ய வெளியே இழுத்துக்கொள்ளலாம்.

சில நேரங்களில் குப்பைக் காகிதங்கள் மிகுதியாக இருப்பதால், அவை கொள்கலன்களின் நுழைவுத் துளையை அடைத்து விடுகின்றன. மற்ற பொருட்களை கொள்கலனில் போட விடாமல் இவை தடுத்து விடுகின்றன.

என்னதான் மாசுப்பாட்டின் பார்வையிலிருந்து எரியூட்டிகள் அவ்வளவு சாதகமாக இருக்காது எனினும், ஒரு காகித மறுசுழற்சி மையம் அமைக்கப்படும் வரையில், காகிதத்தை நீக்கக்கூடிய பிரச்சனைகளுக்கு எரியூட்டிகள் ஓர் விடையாக அமையலாம். இருப்பினும் அவை பார்ப்பதற்கு சகிக்காமல் இருக்கக் கூடாது. அவை திறனுடன் இயங்க வேண்டும். அவற்றின் புகையானது நிலமட்டத்திற்கு மேலே ஒரு தகுந்த உயரத்திற்கு எடுத்துச் செல்லப்பட வேண்டும்.

குப்பைக் கொள்கலன்களைப் பராமரித்து வரும் நிறுவனமானது, முறையே இந்த எரியூட்டிகளையும் பார்வையிட்டு, அதில் ஏதேனும் சாம்பல் அல்லது அடைப்பு இருக்குமேயானால் அவற்றை அகற்ற வேண்டும்.

வேண்டாதவற்றை அப்படியே தரையில் தூக்கியெறியும் மக்களின் ஒரு சிந்தனையற்ற பழக்கத்தினாலேயே, 99 விழுக்காடு பிரச்சனைகள் ஏற்படுகின்றன.

அழுக்கான கால்வாய்கள்

கால்வாய்கள் அழுக்கு அடையவும் நாமே காரணமாய் இருக்கிறோம். எல்லா வகையான குப்பைகளும், கால்வாய் ஓரங்களில் குவிக்கப்பட்டு பின்னர் உள்ளே தள்ளப்படுகின்றன—அல்லது நேராகவே நீரினுள் வீசி எறியப்படுகின்றன. ஏன், இறைச்சி வெட்டும் கடைகளும் கூட, அவற்றின் கழிவுகளான இரத்தம் மற்றும் இறைச்சித் துண்டுகள் அனைத்தையும் கால்வாயிலே தான் விடுகின்றன.

அமைதியான கால்வாய் நீரின் மேலெங்கிலும், பல இடங்களில் நீரே தெரியாத வண்ணம் ஆகாயத் தாமரைகள் படலங்களாய் இருப்பதும், மற்ற நீர்த் தாவரங்கள் மிகுதியாக வளர்ந்து இருப்பதும், இயற்கையும் அதன் பங்கிற்கு கால்வாயை மாசுப்படுத்துகிறது என்பதைக் காட்டுகிறது.

சுகாதாரம் மற்றும் சுற்றுப்புறத் தூய்மைக்கு மட்டுமல்லாமல், கால்வாய்களை ஓர் சுற்றுலா அம்சமாகப் பயன்படுத்தப் போகிறோம் எனில், அவற்றை சுத்தமாக வைத்துக் கொள்ள வேண்டும். அடிக்கடி அவற்றின் மேல் மிதக்கும் களைகள் மற்றும் குப்பைகளை முறையாக அகற்ற வேண்டும்.

பொதுத் தோட்டங்கள்

ஏறக்குறைய இந்தியாவின் ஒவ்வொரு நகரின் சராசரி அம்சமாக, நமது காந்தி பூங்காக்கள் தற்பொழுது ஆகிவிட்டன. அத்துடன் நெரிசலான மாசுப்பட்ட பகுதிகளிலேயே அவை இடம்பெற்றும் இருக்கின்றன. ஒழுங்கான நேர் சதுர பாதைகள், சிறிய மலர்ப்படுகைகள் மற்றும் நடுவில் ஒரு சிலை—இவற்றை எல்லாம் கொண்டு அவை யாவும் ஒரே மாதிரியாக இருக்கின்றன. இவற்றைக் காண்பதற்கு என்னவோ உலகெங்கிலும் இருந்தெல்லாம் சுற்றுலாப் பயணிகள் வருவதில்லை. எனினும் இவை நிறைய மரங்கள் கொண்டு விளங்குவதால், சுத்தமான காற்று கிடைக்கும் இடமாகவும், பெரிய மாநகரங்களுக்கு ஒரு நுரையீரல் போலவும் திகழ்கின்றன. இவை அங்கேயே இருத்தல் நல்லது.

முந்தைய பக்கங்களிலுள்ள வரைபடங்களில் இருந்து காணும்போது, ஆலப்புழாவில் நிறைய திறந்தவெளிகள் உள்ளன என்பது தெரிகிறது. இவை கால்வாய்களின் கூட்டமைவினால் ஏற்பட்டவை ஆகும். இங்கே காந்தி பூங்காக்களும், பெருவிழா பூங்காக்களும் ஏற்கனவே இருக்கின்றன.

மக்கள் வழக்கமாக ஒரு பூங்காவிற்கு சென்று, உட்கார்ந்து சற்று இளைப்பாறுவார்கள். அவர்களைச் சுற்றி மக்கள், மலர்கள், மரங்கள் மற்றும் வரலாற்று சிறப்புமிக்க பழைய கட்டடங்கள் போன்றவற்றைக் காண விரும்புவர். அவர்களால் கடல் பகுதியையோ அல்லது ஆலப்புழாவில் இருக்கும் கால்வாய்களையோப் பார்க்க முடியுமென்றால், அது ஒரு கூடுதல் நன்மையே எனலாம்.

ஆனால் ஆலப்புழாவின் கால்வாய் ஓரங்களில், நிழலில் அமர்ந்து வேடிக்கைப் பார்ப்பது இப்பொழுது முடியாது. அத்துடன், குழந்தைகளையும் கவனிக்க வேண்டும். குழந்தைகள் ஒரே இடத்தில் அமர்ந்து இருப்பதை விரும்ப மாட்டார்கள். அவர்கள் துள்ளிக் குதித்து விளையாடுவதையே விரும்புவர்.

எனவே நாம் முடிந்தவரை, மரங்களின் கீழே அமர்வதற்கான இடங்களை ஒதுக்க வேண்டும். எளிய அழகான இருக்கைகளை ஒரு மரத்தின் அடிப்பகுதியினைச் சுற்றி இதைப் போல அமைக்கலாம்.

அல்லது ஒரு பழைய மரத்தின் அடிப்பகுதியின் வட்ட துண்டுகளைக் கொண்டு, ஒரு சிறிய இடத்தில், தரைதளத்தையும் இருக்கைகளையும் அமைக்கலாம். எதையுமே ஒரே மாதிரியாக உருவாக்கக் கூடாது. மகிழ்வூட்டுவதற்காகவும், ஓர் இடத்திற்கு திரைப் போல இருப்பதற்காகவும் செடிகளை நடலாம்.

காயலைத் தாண்டி இருக்கும், செங்கன்னூர் என்ற ஊருக்கு அருகாமையில், பிளவுப்பட்ட கருங்கற்கள் நிறைய உள்ளன. இக்கற்கள் சூழலுக்கு உகந்த, வலிமைக் கொண்ட இருக்கைகளாகப் பயன்படலாம்.

வழக்கம் போலவே, ஒவ்வொரு சிறிய தோட்டத்தையும் பராமரித்தலும், பாதுகாத்தலும் மிகவும் முக்கியத்துவம் வாய்ந்த ஒன்றாகும். ஆண்டுக்கு ஒரு முறை காந்தி ஜெயந்தி அன்று மட்டும் இவற்றை எல்லாம் செய்வது போதாது. இந்த சின்ன செயல் திட்டங்களை தனிநபர்களோ, தொழில் நிறுவனங்களோ, வங்கிகளோ, பள்ளிகளோ, மதம் சார்ந்த குழுக்களோ மேற்கொண்டு செயல்படுத்தலாம். தேவைப்படும் பணம் சிறிதளவு எனினும், இவற்றை செய்வதற்கு பரிவு, அக்கறை ஆகிய இரண்டும் இன்றியமையாதவை ஆகும்.

ஓலைக்கீற்றை கூரைகளுக்கு பயன்படுத்துவதும், மூங்கிலை இருக்கைகள் மற்றும் கம்பங்களுக்குப் பயன்படுத்துவதும் கண்ணைக் கவர்வதாக இருப்பினும், ஒழுங்கான பராமரிப்பும் இவற்றிற்குத் தேவைப்படும். ஓலை பல ஆண்டுகள் நீடித்து நிலையாக இருப்பதற்கு சில வழிமுறைகள் உள்ளன.

குழந்தைகளுக்கான சிறிய விளையாட்டு இடங்கள்

வழக்கமான விலையுயர்ந்த சறுக்குமரங்கள், ஊஞ்சல்கள், குடை இராட்டினங்கள் எல்லாம் தேவை இல்லை. கல் மற்றும் மரத்தாலான இந்த எளிய விளையாட்டுக் கருவிகளே போதுமானதாக இருக்கும். மரங்கள் மற்றும் கால்வாய் ஓரங்களை உடைய சுற்றுப்புறத்தோடும், இவை ஒத்துப்போகின்றன. எங்கு பொருத்தமாக இருக்குமோ, அங்கு மரக்கிளைகளிலிருந்து, ஊஞ்சல்கள் தொங்கப்பட விடலாம். குழந்தைகளுக்கு எளிய வகை ஊஞ்சல்களையும், பெரியவர்களுக்கு 'ஊசலாடும் சாய்விருக்கை' வகை ஊஞ்சலையும் அமைக்கலாம்.

இந்த ஆலோசனைகள் யாவும், ஆலப்புழாவின் சுற்றுச்சூழலை மேம்படுத்துவதற்கு மட்டுமல்லாமல், மக்களின் வாழ்க்கைச் சூழலை மேம்படுத்துவதற்கும் பயன்படும். இவையனைத்தும் நகரவாசிகளுக்குப் பயன்படுவதாக இருந்தால், சுற்றுலாப் பயணிகளுக்கும் பயனுள்ளதாகவே இருக்கும். வெளிநாட்டுப் சுற்றுலாப் பயணிகளுக்கு பாரபட்சம் பார்க்க வேண்டியதில்லை. அவர்கள் இங்கு வருவது கேரளாவை காண்பதற்கே—அதிலும் முக்கியமாக கேரள மக்களை காண்பதற்கே ஆகும். எப்படி அவர்கள் வாழ்கின்றனர், எவ்வாறு ஆடை அணிகின்றனர், என்ன விளையாடுகின்றனர், என்ன உண்ணுகின்றனர் என்பதையெல்லாம் கண்டறியவே. வேகப்படகுகளில் செல்லவும், பொழுதுபோக்கு பூங்காக்களுக்கு செல்லவும், அவர்கள் இங்கு வருவதில்லை. அமெரிக்கா, ஐரோப்பா மற்றும் ஜப்பானிலிருந்து வருபவர்களுக்கெல்லாம், அனைத்து நவீன கட்டடங்களும், செயற்கை பொழுதுபோக்குகளும் அவர்கள் நாடுகளில் ஏற்கனவே இருக்கும். ஏதேனும் புதிதாகவும், மாறுபட்டதாகவும், அயற்பண்புடையதாகவும் அனுபவிக்க வேண்டும் என்பதாலேயே அவர்கள் அதிகளவு பணம் செலவழித்து, இந்தியா மாதிரியான இடங்களுக்குப் பயணிக்கின்றனர். எனக்கு எப்படி இது தெரியுமென்றால், நானும் ஒரு காலத்தில் வெளிநாட்டவனாகத்தான் இருந்தேன். ஆலப்புழா போன்ற இடங்கள் சிறப்பாகவும் அழகாகவும் இருப்பதால், நான் இங்கேயே ஐம்பது ஆண்டுகளாகத் தங்கிவிட்டேன்.

கால்வாயினுள் குழந்தைகள் விழாமல் தடுக்க, தகுந்த கைப்பிடிகள், கால்வாயின் ஓரங்களில் இருக்க வேண்டும்.

குழந்தைகளுக்கான சிறிய விளையாட்டு இடங்களை அருகருகில் அமைக்கலாம். படங்களில் இருப்பது போல, மணற்படுக்கையின் மேல், சிறிய பாறைகளையும், பெரிய மரங்களின் அடிப்பகுதிகளையும் வைத்து, விளையாட்டு இடங்களை சுவாரஸ்யமாக்கலாம். இவற்றை அமைப்பதும் பராமரிப்பதும் எளிதானதே.

மணலின் மீது குழந்தைகளால் உருண்டு விளையாட முடியும். ஏன்! மணலே ஒரு நல்ல விளையாட்டுப் பொருளும் கூட.

குடிநீர்

சில சமயங்களில் ஆலப்புழா மிகவும் சூடாகவும், அதிகளவு காற்று வீசுகிற இடமாகவும் இருக்கும். சுற்றுலாப் பயணிகள் ஒரு குவளை சுத்தமான, குளிர்ச்சியான குடிநீருக்காக ஏங்குவர்.

வெளிநாட்டு சுற்றுலாப் பயணிகளுக்கு, குடிநீர் என்பது இன்றியமையாத ஒன்றாகும். தரம் குறைந்த குடிநீரால் வயிற்றுப்போக்கும், வயிற்று கோளாறுகளும் ஏற்படும் என்று அவர்கள் அச்சம் கொள்வர்.

இந்த அச்சத்தினால் கனிமநீர் (mineral water) என பெயரளவில் மட்டுமே கனிமங்களை கொண்டுள்ள, ஒரு புட்டி குடிநீருக்காக, பல வெளிநாட்டு சுற்றுலாப் பயணிகள் இருபது ரூபாய் (1999-ஆம் ஆண்டு) வரை அதற்கு செலவிடுவர்.

சாயமூட்டப்பட்ட பானங்கள் மற்றும் கோக்கோ கோலா போன்ற புட்டியில் அடைக்கப்பட்ட பானங்கள் என்றாலும், அவர்கள் அவற்றைத் தவிர்க்கின்றனர். ஏனெனில் இவற்றைத் தயாரிக்க சுத்தமான தண்ணீர் பயன்படுத்தப் படுவதாக அவர்களுக்கு நம்பிக்கை இல்லை.

முதலில் நாம் நம்முடைய உடல்நலத்தைக் கருதி, நமக்கும் நல்ல குடிநீர் வசதிகளை அமைத்துக் கொள்ளலாம் அல்லவா? அவ்வாறு அமைத்தால் அதுவே சுற்றுலாப் பயணிகளுக்கும் பயன்படும் அல்லவா?

நீர் சேமிப்புக் கோபுரங்களும், வடிப்பு மற்றும் துப்புரவு சாதனங்களும் (water filtering and purifying unit) இருத்தல் வேண்டும். ஒவ்வொரு சேமிப்பு கோபுரத்துடனும், இதுபோன்ற சிறிய சாதனங்களை இணைத்து வைப்பது, விலைக் குறைவாக இருக்கும். குழாய்த்தொடர்கள் மூலம் பெட்டிக் கடைகளுக்கு நீர் விநியோகிக்கலாம்.

கால்வாய் ஓரங்களில், வாடகைக்கு விட தகுதிவாய்ந்த, கண்கவர் கேரள பாணி பெட்டிக் கடைகளையும் சாவடிகளையும் அமைத்துத் தர, நகராட்சி அதிகாரிகள் நன்றாகவே உதவி புரிவர். பாதுகாப்பான, சுத்தமான, குளிர்ச்சியான பானங்களை இங்கே வாங்கிக் கொள்ளலாம். நிழல்தரும் வசதியான இருக்கைகளை இங்கே அமைக்கலாம். அல்லது பெட்டிக் கடைகளை, நம்முடைய கால்வாய் ஓர சிறிய தோட்டங்களுடன் அமைக்கலாம்.

இவற்றை எல்லாம் விட, மக்களை ஈர்க்கும் ஆரோக்கியமான ஒன்று—இளநீர் விற்பனையே. நிறைய தென்னைகள் உள்ளூரில் வளர்க்கப்படுவதால் இளநீர் எப்போதுமே கிடைக்கக்கூடியதாக உள்ளது. சுத்தமான பாத்திரங்கள் மட்டுமல்லாமல், தேங்காயை வெட்டி திறக்க அறுவாள்கள், உறிஞ்சிக்குழல்கள் மற்றும் குவளைகள் இங்கே கிடைக்க வேண்டும்.

தீனிகள்

தீனிகள் எப்பொழுதும் கிடைக்க வேண்டும். பெட்டிக் கடைகள் சுத்தமாகவும் கவர்ச்சியாகவும் இருக்க வேண்டும்.

150 அடி தொலைவில் அல்லாமல், குப்பை தொட்டிகள் மிக அருகிலேயே இருக்குமாறு உறுதி செய்ய வேண்டும். குப்பைகள் மற்றும் அவற்றுடன் இருக்கும் மொய்க்கும் ஈக்களும், தரையின் மீது இறைந்து பரவிக் கிடக்காதவாறு உறுதிப்படுத்திக் கொள்ள வேண்டும்.

பழங்கள், அதிலும் குறிப்பாக மாம்பழங்கள், கொய்யாப்பழங்கள் மற்றும் பலத்தரப்பட்ட வாழைப்பழ வகைகளை, பச்சையாகவும், சுத்தமாகவும், ஈக்கள் மற்றும் கொசுக்கள் அண்டாத இடங்களில் வைக்க வேண்டும்.

உணவு விநியோகிக்கும் பெட்டிக் கடைகளுக்கு, எளிதாக எட்டும் தொலைவிலேயே, குடைகள், மேசைகள் மற்றும் நாற்காலிகளை அமைத்தால், உணவு விநியோகத்திற்கெனத் தனியாக கட்டடங்கள் கட்டுவதைத் தவிர்க்கலாம். இது செலவினையும் குறைக்கும்.

குப்பை, சுற்றுலாப் பயணிகளை தடுக்கும்

நமது சராசரியான தேநீர் மற்றும் தீனிக் கடைகள், மிகவும் அசுத்தமாகவே இருக்கின்றன. எப்பொழுதுமே அவற்றையடுத்து ஒரு குப்பைக்கூளம் இருக்கின்றது. அதனுடன் வழுக்கலான, சேற்று நிலத்திட்டு ஒன்றும் இருக்கிறது. அதனருகில் இருக்கும் நிலத்தில், சுத்தம் செய்யப் பயன்படும் நீரும், கழிவுகளும் கொட்டப்படுகின்றன.

இவ்வகை அமைப்பினை மாற்றி அமைக்க வேண்டும். இது மக்களை வரவேற்காமல், தடுக்கவே செய்கின்றது. நெகிழிச் சாக்குகளில் குப்பைகளைப் பிரித்து சேமித்து வைக்கும் முறையை உருவாக்க வேண்டும்.

இந்த சாக்குகளை முறையான வழியில், அடிக்கடி அகற்ற வேண்டும்.

தகவல் மையங்கள்

நாம் கடமைக்கே என்று செயல்புரியும் இன்னொரு துறை ஒன்றும் உள்ளது.

முதன்மையாக, ஒரு நகரில் ஒரே ஒரு தகவல் மையம் மட்டும் இருத்தல் போதாது. பேருந்து, இரயில், படகு நிலையங்களிலோ அல்லது அவற்றின் அருகாமையிலோ, தகவல் மையங்கள் கண்டறியப்படும் வண்ணம் அமைந்து இருக்க வேண்டும். எங்கெல்லாம் சுற்றுலாப் பயணிகள் கூடுகின்றனரோ, அங்கெல்லாம் அவை இருக்க வேண்டும்.

இரண்டாவதாக, குறுகிய தெருக்களிலும், பழைய அலுவலகங்களிலும் நீங்கள் இவற்றைத் தேடி அலையாமல் இருக்க, இந்த மையங்கள் எளிதில் கண்டறியும்படி தனித்துவமாய் இருக்க வேண்டும்.

மூன்றாவதாக, தகவல் நம்பகமாக இருக்க வேண்டும். மீண்டும் மீண்டும் தவறான தகவல் பகிரப்படுவதைப் பற்றி நாம் கேள்விபடத் தான் செய்கிறோம். "உங்களுக்குத் தேவையான பேருந்து இங்கிருந்து மாலை ஐந்து மணிக்கு புறப்படும்" என்று தெரிவித்துவிட்டு, அந்த பேருந்து மாலை நான்கு மணிக்கே அங்கிருந்து புறப்பட்டுவிட்டது என்பதை பின்னர் கண்டறிவதற்கு பதிலாக, "எங்களுக்கு தெரியாது" எனச் சொல்வதே நல்லது.

சுற்றுலாப் பயணிகளுக்கு, இந்த தகவல் மையங்கள் மிகவும் முக்கியம். எனவே 'கிராமப்புற நிலமற்றோர் வேலைவாய்ப்பு திட்டம்' (RLEGP) போன்ற திட்டங்கள் வழியாக, உள்ளூர் மக்களை இந்த வேலைக்கென தக்க முறையில் பயிற்றுவித்து, தயார்ப்படுத்த வேண்டும். ஒவ்வொரு சாவடியிலும் ஒரு நபருக்கு மேல் செயல்புரியத் தேவையில்லை.

சுற்றுலாப் பயணிகள் தங்கள் வீட்டில் இருக்கும் மக்களுக்கு, நீண்ட கடிதங்கள் எழுதிகொண்டு, நேரத்தை வீணடிக்க விரும்ப மாட்டார்கள். தாங்கள் எங்கே உள்ளனர் என்பதை நண்பர்கள் கண்டறிவதற்கும், அவர்களை மகிழ்விப்பதற்கும், சுற்றுலாப் பயணிகள் உள்ளூர் படங்கள் கொண்ட அஞ்சல் அட்டைகளை அனுப்பவே விரும்புகின்றனர். "நான் ஆலப்புழாவில் சந்தோஷமாக நேரத்தை கழித்துக் கொண்டு இருக்கிறேன். நீங்களும் என்னுடன் இங்கே இருந்திருந்தால் மிகவும் நன்றாக இருந்திருக்கும் - அன்புடன், லாரி"

எப்பொழுதெல்லாம் நான் கேரளாவிலிருந்து பட அஞ்சலட்டைகளை வாங்குகிறேனோ, அப்பொழுதெல்லாம் தாஜ்மஹால் உடைய படங்களே அவற்றில் இருக்கும். இடத்திற்கு ஏற்ற நிலப்படங்கள் தேவைப்படுகின்றன. எனினும், அவை கிடைப்பதே இல்லை. இவையனைத்தும் ஒரு சுற்றுலாத் துறை சிறப்பாக செயல்பட உதவுகின்றன. எனினும் நாம் இவற்றைப் பற்றி கண்டு கொள்வதே இல்லை.

பேருந்து, இரயில் மற்றும் படகு நிலையங்களில், பெரிய சுற்றுலா தகவல் மையங்கள் தேவைப்படுகின்றன.

சுற்றுலாப் பயணிகள் வழக்கமாகவே, கேள்விப் பட்டியல் ஒன்றினை வைத்திருப்பர். எல்லாம் எளிமையான, நடைமுறைச் சார்ந்த கேள்விகளாகவே இருக்கும்.

"நான் பேருந்து நிலையத்திற்கு எப்படி செல்வது?"
"எவ்வளவு தொலைவில் அது உள்ளது?"
"எங்கு அஞ்சல் நிலையம் அல்லது அஞ்சல் பெட்டி உள்ளது?"
"நான் காவல் நிலையத்திற்கு செல்ல வேண்டும்."
"ஒரு நல்ல சுத்தமான, விலை குறைவான உணவுவிடுதி ஒன்று சொல்ல முடியுமா?"
"Lodge (விடுதி) என்றால் என்ன?"
"பொதுக் கழிப்பிடம் (Public Convenience) எங்குள்ளது என்பதை தங்களால் சொல்ல முடியுமா?

(கழிப்பிடம் என்பதற்கு, பல்வேறு நாட்டு மக்கள் பயன்படுத்தும் பல்வேறு பெயர்களையும் தகவல் பகிரும் நபர் அறிந்திருக்க வேண்டும்).

காஷ்மீர் மற்றும் ஜெய்சல்மரின் சுவரொட்டிகளைக் காண சுற்றுலாப் பயணிகள் இங்கு வரவில்லை. நீங்கள் விளம்பரப்படுத்த வேண்டுமானால், ஆலப்புழா மற்றும் அதன் காயல்களின் பல்வேறு வகையான, சுற்றுலா அம்சங்களை விளம்பரப்படுத்துங்கள்.
தற்சமயம் பயன்பாட்டில் உள்ள கால அட்டவணைகளை மட்டுமே பயன்படுத்துங்கள்!
எளிமையாக்கப்பட்ட, பெரிதாக்கப்பட்ட கால அட்டவணைகளை உருவாக்கி வெளிப்புற சுவர்களின் மேலே பொருத்துங்கள். முக்கிய குறிப்புகள் மட்டுமே அதில் இருக்க வேண்டும்.

"ஆலப்புழாவிலிருந்து கொச்சின் வரை, இரயில், பேருந்து, படகுகள் எப்போது?"

"ஆலப்புழாவிலிருந்து கொல்லம் வரை, இரயில், பேருந்து, படகுகள் எப்போது?"

"ஆலப்புழாவிலிருந்து பெரியார் அணை வரை, இரயில், பேருந்து, படகுகள் எப்போது?"

உள்ளூர் கைவினைஞர்களைக் கொண்டு அழகான, தனித்துவம் வாய்ந்த குறிப்பலகைகளை செதுக்குங்கள்.

விளம்பரங்கள் எடுப்பாக இருக்க வேண்டுமெனில், அவற்றை கண்கவர் விதமாக காட்சிப்படுத்துங்கள். விளம்பரங்களுக்கும், வரைவுகளுக்கும், சுவர்களைப் பயன்படுத்தாதீர்கள். அது சமூகத்திற்கும், சுற்றுலாத் துறைக்கும் எதிரானது.

ஒளி அமைப்பு

தெரு ஒளியமைப்பு என்பது முக்கியமான ஒன்றாகும். வழக்கமான கேரள பாணி ஒளியமைப்பே கண்ணைக் கவரும் விதமாக இருக்கும்.

எனினும் படத்தில் உள்ளது போல, ஒரு சிறப்பம்சத்தைக் கொண்டு அதன் வடிவமைப்பு இருந்தால் அது மேலும் அழகாக இருக்கும். எடுத்துக்காட்டாக, ஆலப்புழா வளர்ச்சி ஆணையத்தின் (Alappuzha Development Authority - ADA) இலட்ச்சினையைப் பயன்படுத்தியவாறு அதன் வடிவமைப்பு இருக்கலாம்.

இலட்ச்சினை எங்கிருந்து உருப்பெற்றது என்பதை நீங்களே காணலாம்.

கீழேயிருப்பது, கேரள மாநில மின்சார வாரியத்தின் (KSEB) ஒரு வழக்கமான ஒளி கம்பத்தின் வரைபடம் ஆகும். சுற்றுலாப் பயணிகள் இந்த ஒளிக் கம்பத்தை பெரும் ஆச்சரியத்துடன் புகைப்படம் எடுப்பதை நான் கண்டுள்ளேன்.

இரவு நேரங்களில் பயன்படுத்தப்படும் பேரொளி விளக்குகள், மக்கள், குழந்தைகள் மற்றும் சுற்றுலாப் பயணிகளுக்கு மகிழ்ச்சித் தரக்கூடியதே. அவற்றின் ஒளி கால்வாய் நீரில் பிரதிபலிக்கும் போது மிகவும் அழகாக இருக்கும்.

இருக்கைககள், தோட்டங்கள் மற்றும் பெட்டிக்கடைகள் இருக்கும் இடங்களிலும், நல்ல ஒளியமைப்பு இருக்க வேண்டும்.

மூன்று வளர்ச்சித் திட்டங்கள் என்னிடம் காண்பிக்கப்பட்டன. அவற்றைப் பற்றிய ஒரு கருத்துரையை அளிக்குமாறு நான் கேட்டுக் கொள்ளப்பட்டேன். அவை:

1. ஒரு விளையாட்டரங்கம்.

2. நேரு கோப்பை படகுப் போட்டி நடைபெறும் இடத்திற்கான, மேம்படுத்துதல் மற்றும் பார்வையாளர் தளம் அமைத்தல்.

3. பூதபாண்டா காயல் பொழுதுபோக்கு மையம்.

ஏற்கனவே இந்த பெரிய அரங்கத்திற்காக ஒதுக்கப்பட்ட தோராயமான மனை ஒன்று A.S. சாலையில் உள்ளது.

சராசரியான பெரிய அரங்கம் ஒன்று கற்பனை செய்யப்பட்டுள்ளது.

என்னுடைய கருத்து என்னவென்றால், இந்த விளையாட்டு அரங்கங்கள் எப்பொழுதாவது மட்டுமே பயன்படுத்தப் படுகின்றன. கட்டமைப்பு மற்றும் பராமரிப்பிற்கான செலவை இவை பெரியளவில் அதிகரிக்கின்றன. வெகு சில விளையாட்டு சங்கங்களாலேயே, இந்த பிரம்மாண்டமான அரங்கங்களின் பயன்பாட்டுச் செலவினை ஏற்க முடியும். எடுத்துக்காட்டாக, வளர்ச்சி ஆணையம் மற்றும் பெருவாரியான பொது மக்களின் அறிவுரைக்கு எதிராகவே, திருவனந்தபுரத்தில் உள்ள விளையாட்டரங்கம் கட்டப்பட்டது. மாபெரும் சொத்தாக இருக்க வேண்டுமென்ற கற்பனையிலேயே அது கட்டப்பட்டது. ஒரு சில முக்கியமான தேசிய விளையாட்டு நிகழ்ச்சிகளுக்கும், தொலைக்காட்சியில் என்றாவது ஒளிப்பரப்பப்படும் பள்ளி விளையாட்டுப் போட்டிகளுக்குமே அது பயன்படுத்தப்படுகிறது. அப்போதும் பெரும்பாலான இருக்கைகள் காலியாக இருப்பதாகவே தெரிகிறது.

லட்சங்களா? கோடிகளா?

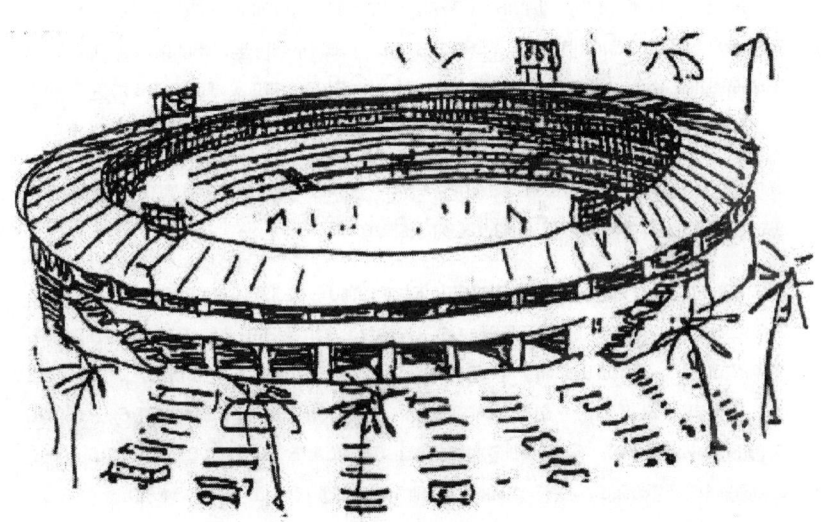

மாறாக, கலங்கரை விளக்கம் மற்றும் விருந்தினர் இல்லத்திற்கு எதிரே இருக்கும் ஒரு துண்டு நிலமானது, எப்பொழுதும் பயன்பாட்டிலேயே இருக்கின்றது. எல்லா வயது மக்களும், எல்லா நேரங்களிலும் மென்னோட்டம் புரிகின்றனர், ஓடுகின்றனர், கயிறுதாவுகின்றனர்; எல்லா வகையான விளையாட்டுகளையும் விளையாடுகின்றனர். இரு சக்கர வாகனம் மற்றும் மிதிவண்டி ஓட்ட கற்றுக் கொள்கின்றனர். இதைத் தவிர கால்பந்து, கபடி மற்றும் பல விளையாட்டுப் போட்டிகளிலும் ஈடுபடுகின்றனர். சாலை மீது ஒரு நபர் தள்ளுவண்டியுடன், குளிர்பானங்கள் விற்றுக் கொண்டிருப்பார்.

குறி இலக்கு கம்பங்கள், ஒன்றிரண்டு நிழல் தரும் மரங்கள்—இதைத் தவிர வேறு எந்த வசதிகளும் அங்கில்லை.

என்னுடைய கருத்து என்னவென்றால்—உபகரணங்கள் விற்கும் கடைகள், தூம்புதாரைகள் (shower), பாதுகாப்பு வைப்பறைகள், தண்ணீர் குழாய்கள், நல்ல இருக்கை அமைப்பு, மண் திட்டுகள் போன்ற வசதிகளுடன் இருக்கும் நான்கைந்து சிறிய திறந்தவெளிகள், ஒரு விளையாட்டரங்கைக் காட்டிலும் பன்மடங்கு பயனுள்ளதாகவும், அனைவரும் விரும்புவதாகவும் இருக்கும்.

முதலில் சிறிய இன்றியமையாத தேவைகளில் கவனம் செலுத்தி அவற்றை நிறைவேற்றுங்கள்!

நூறுகளா? ஆயிரங்களா?

கீழேயிருப்பது உலகப் புகழ்பெற்ற நேரு கோப்பை படகுப் போட்டிக்காக, ஒவ்வொரு ஆண்டும் பயன்படுத்தப்படும் நீர் நீட்சியின் ஒரு வரைபடம். நின்று வேடிக்கைப் பார்ப்பதற்கு தற்காலிகமாக அமைக்கப்படும், வண்ணமிகு தளமும் பந்தலும், அவற்றிற்கே உரிய ஒரு சிறப்பம்சத்தைக் கொண்டுள்ளன.

இந்தப் பனை மரங்களை நீக்கிவிட்டு, அதன் இடத்தில், ஒரு முழு நீள பிரம்மாண்டமான கற்காரையினால் (concrete) ஆன தளத்தைக் கட்ட ஒரு யோசனை முன்வைக்கப் பட்டுள்ளது. இந்த கொடூர சீர்கேடானது ஆண்டு முழுவதும் எவ்வாறு செயல்படும் என்பதை என்னால் கற்பனைக் கூட செய்ய முடியவில்லை.

இந்த பிரம்மாண்டமான கற்காரைத் தளத்தின் அடிப்பகுதியில், சிற்றுண்டியகங்கள் மற்றும் கடைகளை அமைத்து தினத்தோறும் பயன்படுத்தலாம் என அதிகாரிகள் கூறுகின்றனர். வெறுமனே இந்த கற்காரை தளத்தின் அடியில் விற்கப்படும் குளிர்பானத்தையோ, இளநீரையோ குடிக்கவா உள்ளூர் மக்களும், சுற்றுலாப் பயணிகளும், நெடுந்தூரம் பயணம் செய்து இங்கு வருகிறார்கள்? என்னைப் பொருத்தளவில், இந்த ஒட்டுமொத்த யோசனையும், முற்றிலும் முட்டாள் தனமான ஒன்றே. இதிலிருந்து பயன்பெறப் போவது பொறியாளர்கள் மற்றும் ஒப்பந்தக்காரர்கள் மட்டுமே.

பூதபாண்டா காயல் என்பது, காயலிலிருந்து ஒதுங்கி இருக்கும் ஒரு பெரிய சதுரமான நீர்ப் படலம் ஆகும். இது ஆலப்புழாவிலிருந்து ஆறு அல்லது ஏழு கிலோமீட்டர் தொலைவில் உள்ளது. நீர் சறுக்கல் (water skiing), வேகப்படகுகள் மற்றும் மற்ற இரைச்சலான, நவீன பொழுதுபோக்கு விளையாட்டு வகைகளை இங்கு அறிமுகப்படுத்த ஒரு யோசனை உள்ளது. பூதபாண்டா காயல் ஒரு மிகப்பெரிய சுற்றுலா அம்சம் என்ற அக்கறையிலேயே நான் இதை சொல்லுகிறேன். ஆலப்புழாவில் தரங்குறைந்த இம்மாதிரியான நீர் விளையாட்டுகளில் ஈடுபடுவதற்கென, உலகெங்கிலும் இருந்து சுற்றுலாப் பயணிகள் இங்கு வருவதில்லை; குறிப்பாக அதுவும் பூதபாண்டா காயலுக்கு எவரும் வரப் போவதில்லை.

விடுமுறை நாட்களில், குடும்பத்துடன் வரும் சுற்றுலாப் பயணிகள் இவற்றை ஒருவேளை பயன்படுத்தலாம். ஆனால் பணம் செலவழித்து, இங்கே வரும் வெளிநாட்டு சுற்றுலாப் பயணிகளோ, இவற்றை நிச்சயமாக பயன்படுத்த விரும்ப மாட்டார்கள். சத்தம் ஏதும் இல்லாமல், அமைதியாக கால்வாய்களின் வழியே துடுப்புப் படகுகளில் மெதுவாய் செல்வதையே விரும்புவர்.

ஆலப்புழாவின் மக்கள், கடவுள் மற்றும் மனிதரால் உருவாக்கப்பட்ட, தங்களின் பலவகையான வளங்கள் அனைத்தையும், முயற்சி செய்தால் மீட்டெடுக்க முடியும் என நான் முழுமனதாக நம்புகிறேன்.

அண்மைக் காலத்தில், அதிகளவில் அழுக்கும், குப்பையும் மட்டுமே இருக்கின்றன. அழகான கால்வாய்கள், கட்டடங்கள், மரங்கள், கடற்கரை, காயல், ஆலப்புழாவின் வரலாறு மற்றும் பழங்கதைகளை எவரும் விரும்புவதும் இல்லை. அவற்றை நினைத்து பெருமிதம் கொள்வதும் இல்லை. இந்த சிறிய நகரமே, நூறு ஆண்டுகளுக்கு முன்னர், உலகப் புகழ்பெற்ற அரச நகரங்களில் ஒன்றான வெனிஸ் உடன் சரி நிகராக ஒப்பிடப்பட்டது.

இந்த இரு நகரங்களுக்கும் இடையே பல ஒற்றுமைகள் இருக்கலாம். எனினும் தற்பொழுது அவை மறைந்திருக்கின்றன; அதிர்ஷ்டவசமாக அழிந்துவிடவில்லை.

தென்னைநார், சுண்ணாம்பு, படகுக்கட்டுமானம் ஆகிய தொழிற்துறைகள் முடிந்த காலம் வரை சிறப்பான வகையில் இயங்கட்டும். ஆனால் ஆலப்புழாவின் நிலையைக் குறித்து கவலைக் கொள்ளும் அனைவரும், அங்குள்ள பழையக் கட்டடங்கள் பழுதுப் பார்க்கப்பட்டு, வண்ணம் பூசப்பட்டால், எவ்வளவு அழகாக இருக்கும் என்பதை நேரில் சென்று பார்க்கட்டும்.

அழுக்கு, குப்பைகள், மிதக்கும் கழிவுகள் மற்றும் களைகளை அகற்றி, தூய்மை செய்யப்பட்ட அந்த மகத்தான, மனதைக் கவரும் கால்வாய்களை கற்பனை செய்து பாருங்கள். சுத்தமான, குப்பைகள் அற்ற, வரிசையான மரங்கள் கொண்ட சிறு தோட்டங்கள், விளையாட்டு வெளிகள், உட்காருவதற்கு இருக்கைகள், கண் கவர் கேரள பாணி பெட்டிக் கடைகள், விடுதிகள்—இவை அனைத்தும் கொண்ட காயல் கரையைக் கற்பனை செய்து பாருங்கள். மிதக்கும் நகரத்தின் கற்பனையில் மூழ்குங்கள்!

ஆலப்புழா மற்றும் அதனைச் சுற்றி உள்ளப் பகுதிகளில், இன்றளவும் அமைதியும், அழகும் நிலவி வருகிறது. இந்த இரைச்சலான, கலவரம் பூண்ட நவீன பூமியில், ஆலப்புழா என்ற நகரம் உலகிற்கு தேவையான ஒரு வரம், என்பதை அந்நகரவாசிகள் புரிந்துக் கொள்ள வேண்டும்.

ஆலப்புழாவின் மக்கள் மட்டுமல்லாமல், இந்தியா மற்றும் உலகம் முழுவதும் உள்ள மக்கள் அனைவரும், ஆலப்புழாவின் அன்பைப் பகிர்ந்து, அதை நினைத்துப் பெருமைக் கொள்ளுமாறு செய்ய வேண்டும்.

இனி நாம் செய்ய வேண்டிய செயல்கள் எவையும், விலையுயர்ந்தவை அல்ல. சொல்லப் போனால், எந்த அளவிற்கு ஆலப்புழாவின் நகரவாசிகள் தங்கள் நகரத்தின் வளர்ச்சிக்காக செயல்படுகின்றனரோ, அந்த அளவிற்கு அந்நகரம் அழகாகவும் சிறப்பாகவும் மாறும்.

இந்நாட்களில், பெரும்பாலான நாடுகளுக்கும், அவற்றின் மக்களுக்கும் பணம் ஈட்டுவது மட்டுமே, வாழ்வின் முக்கிய குறிக்கோளாக இருப்பதாக தெரிகின்றது.

மற்றவர்களுடைய பணத்தினால் அல்லாமல், நம்முடைய அன்பு மற்றும் உழைப்பினாலேயே ஆலப்புழாவை அதன் தகுதியான இடத்திற்கு மீண்டும் கொண்டு வருவோம்.

லாரி பேக்கர்.

அறிவுக்கரசி மணிவண்ணன்
தமிழாக்கம்

கட்டடக்கலைஞர். கவிதாயினி. துளிரும் மொழிபெயர்ப்பாளர். எழுத்தில் மாய வித்தைகளை அவ்வப்போது வெளிப்படுத்தும் வித்தைக்காரர். தனது எழுதுகோலில் இருந்து சொற்களை சரளமான வரிகளாய்க் கோர்க்கும் பல்திறன் வாய்ந்த எழுத்தாளர்.

ச. மணிவண்ணன்
மெய்ப்புப் பார்த்தல்

பொறியாளர் (பணி ஓய்வு), பெல் நிறுவனம், திருச்சி. தமிழ்ப் பற்றாளர். பேச்சாளர் மற்றும் எழுத்தாளர். நேர்மறை சிந்தனையாளர். அகவை அறுபதிலும் அயராது பயணிக்கும் இவர், தன் வசம் வரும் புதிய கருத்துகளையும், கொள்கைகளையும் ஆதரித்து வருபவர்.

சாருஹாசன்
புத்தக வடிவமைப்பு

கட்டடக்கலைஞர். மாவிலைக் குழுவின் விகடகவி. குழு உரையாடல்களை தன் நயத்தால் லேசாக்கும் வேடிக்கையான நபர். சாதாரண விஷயங்களை தன் வடிவமைப்பின் மூலம் அசாதாரணமாக்கும் திறன்மிகு வடிவமைப்பாளர்.

கௌஷிக் ஸ்ரீநிவாஸ்
அட்டை வடிவமைப்பு & ஒருங்கிணைப்பு

கட்டடக்கலைஞர். மாவிலையின் விதை. நையாண்டியிலும் நக்கலிலும் நாயகர். கண்ணைக் கவரும் வரைகலைகளை உருவாக்கும் ஒப்பற்ற வரைகலைஞர். மாவிலையின் உயிரோட்டத்திற்கு அயராது உழைப்பவர்.

ஆசிரியர் லாரி பேக்கர்

லாரி பேக்கர் எனும் லாரன்ஸ் வில்ஃப்ரட் பேக்கர் ஒரு கட்டடக்கலைஞர், வரிவடிவக் கலைஞர் மற்றும் மனிதநேயவாதி ஆவார். மகாத்மா காந்தியை சந்தித்த பிறகு, அவர் கொள்கைகளால் பெரிதும் ஈர்க்கப்பட்ட லாரி பேக்கர், இந்தியாவிலேயே நிரந்தரமாக வசித்து பணிபுரிய துவங்கினார். 1970-களில் இருந்து, வளங்குன்றா மற்றும் பயன்செலவுக் கட்டடங்களை லாரி பேக்கர் கேரளாவில் கட்டி வந்தார். கேரளாவின் மறைந்த முன்னாள் முதலமைச்சரான C. அச்சுதா மேனன், பொருளாதார நிபுணரான K.N. ராஜ் மற்றும் லாரி பேக்கர் ஆகிய மூவரும் இணைந்து COSTFORD (Centre of Science and Technology for Rural Development) எனும் அமைப்பினை 1985-ல் நிறுவினர். அனைவருக்கும் வீட்டு வசதி வேண்டும் என்ற தனது கருத்தைக் கொண்டு, எளிய வீடுகள் அமைப்பதைப் பற்றி பல நூல்களை படைத்தார் லாரி பேக்கர். 2007-ஆம் ஆண்டில் மறைந்த லாரி பேக்கர், இறுதிவரை ஒரு எளிமையான வாழ்க்கையையே வாழ்ந்து வந்தார். இந்நாள் வரை லாரி பேக்கர் விட்டுச் சென்ற மரபை, செயல்முறை வழியில் COSTFORD அமைப்பும், கல்வி வழியில் LBC அமைப்பும் (Laurie Baker Centre for Habitat Studies) தலைமுறை தலைமுறையாக நிலைநாட்டி வருகின்றனர்.